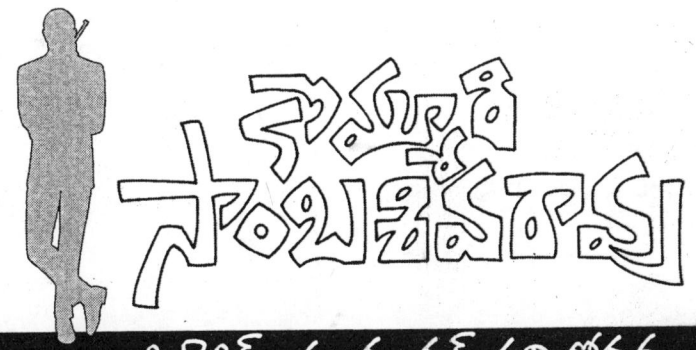

కొమ్మూరి సాంబశివరావు

డిటెక్టివ్ యుగంధర్ పరిశోధన

చచ్చి బ్రతికిన మనిషి

సాహితి

చచ్చి బ్రతికిన మనిషి
(డిటెక్టివ్ యుగంధర్ పరిశోధన)
కొమ్మూరి సాంబశివరావు

ప్రథమ ముద్రణ :
జనవరి, 2013
(1955 – 1965ల కాలం నాటిది)

వెల : **40–00**

ప్రింటర్స్ :
శ్రీ చైతన్య ఆఫ్సెట్ ప్రింటర్స్
విజయవాడ - 2.

ప్రచురణ :
సాహితి ప్రచురణలు
29-13-53, కాళేశ్వరరావు రోడ్డు
సూర్యారావుపేట, విజయవాడ –520 002
ఫోన్: 0866 - 2436643

చచ్చి బ్రతికిన మనిషి

ఎనిమిది గంటలకల్లా డిటెక్టివ్ యుగంధర్ తన కన్సల్టింగ్‌రూంలోకి వెళ్ళాడు. పొద్దున్న మొదటి పోస్టులో వచ్చిన ఉత్తరాలు లెటర్‌బాక్స్‌లోంచి తీసి యుగంధర్ అసిస్టెంటు రాజు వాటిని యుగంధర్ బల్లమీద పెట్టాడు. యుగంధర్ దినపత్రిక చదువుతూ "నువ్వే చూడు. ముఖ్యమైన ఉత్తరాలుంటే నాకియ్యి" అన్నాడు రాజుతో.

ఒకరిద్దరు పాత క్లయింట్లు ధన్యవాదాలు తెలియపరుస్తూ రాసిన ఉత్తరాలు, తమ బాంక్‌లో జరిగిన దొంగతనం దర్యాప్తు చెయ్యమని బాంక్ ఏజెంట్ రాసిన ఉత్తరం ఒకటి, యిలాటివే మరికొన్ని ఉత్తరాలు.

నలిగిపోయి, మాసిపోయి వంకరటింకర అక్షరాలతో చిరునామా వున్న ఒక కవరు ఆఖరికి చింపాడు రాజు. ఉత్తరం చదివి "ఇది చూడండి!" అని యుగంధర్‌కి యిచ్చాడు.

"డిటెక్టివ్ యుగంధర్‌కి!

నేను ఎవరో నీకు తెలుసు. కాని నన్ను గుర్తుపట్టలేవు. నాపేరు చెప్పను. చెపితే ఆశ్చర్యపోతావు. చెప్పకుండా దాస్తే ఎవరా అని ఆలోచించి, ఆలోచించి నీ మెదడు చిల్లులు పడుతుంది. చివరికి నీ స్నేహితుడు ఇన్‌స్పెక్టర్ స్వరాజ్యరావుని, పోలీసు కమిషనర్స్‌ని, అందరినీ సహాయం అడుగుతావు.

ఆఖరికి ప్రాణభయంతో ఎక్కడికో వెళ్ళి దాక్కుంటావు. అయినా నిన్ను వెతికి పట్టుకుని చంపుతాను.

చంపి తీర్తాను.

కాచుకో!

కసితో
నీ పాలిటి
యముడు."

యుగంధర్ ఉత్తరం పూర్తిగా చదివి నవ్వి రాజుకి యిచ్చేశాడు.

"ఏం చేద్దాం?" అడిగాడు రాజు.

"బెదిరింపు ఉత్తరాల ఫైలులో పడెయ్యి" అన్నాడు యుగంధర్.

ఇటువంటి బెదిరింపు ఉత్తరాలు యుగంధర్‌కి తరుచూ వస్తూ వుంటాయి. అపరాధ పరిశోధన వృత్తిగా తీసుకున్న తర్వాత యుగంధర్ ఎందర్నో నేరస్థులని పట్టుకుని జైలుకి పంపించాడు. ఉరికంబం ఎక్కించాడు. ఆ నేరస్థులో, ఆ నేరస్థుల బంధువులో యిటువంటి ఉత్తరాలు రాస్తూనే వుంటారు. ఇలాటి ప్రతి ఉత్తరం చూసి బెదిరిపోయి దర్యాప్తు ప్రారంభిస్తే యుగంధర్‌కి యిక వేరే ఏ పనికీ తీరిక వుండదు.

"ఈ బెదిరింపు ఉత్తరం లక్ష్యపెట్టనవసరం లేదంటారా?" అడిగాడు రాజు.

"ఏమో! ప్రస్తుతం దాన్నిగురించి ఆలోచించవలసిన అవసరంలేదు" అన్నాడు యుగంధర్.

రెండురోజుల తర్వాత యుగంధర్‌కి యింకో ఉత్తరం వచ్చింది.

"యుగంధర్‌కి!

ఇది రెండవ హెచ్చరిక. ఈ ఉత్తరం నీకు అందిన తర్వాత డెబ్బయి రెండు గంటలలో నువ్వు చస్తావు."

అదే దస్తూరి. యుగంధర్ కవరు పరీక్ష చేశాడు. మౌంట్‌రోడ్ పోస్టాఫీసులో పోస్టు అయింది. అక్షరాలు వంకరటింకరగా వున్నా రాయడం బాగా అలవాటు వున్న మనిషి ఆ ఉత్తరం రాసి వుండాలని నిశ్చయించాడు. దస్తూరి తెలియకుండా వుండేందుకు అలా కొక్కిరి అక్షరాలు రాసి వుండాలి.

ఎవరా మనిషి! తనమీద ఎందుకు కసి? ఈ ప్రశ్నలకి సమాధానాలు తెలియడం సులభం కాదని యుగంధర్‌కి తెలుసు. ఆ ఉత్తరాలని బట్టి ఆ విషయాలు ఏమీ తెలియవని నిశ్చయించుకొని "దీన్నికూడా ఫైలులో వెయ్యి" అన్నాడు.

"మూడురోజుల్లోపున చంపుతానంటున్నాడు. మనం జాగ్రత్తపడవలసిన అవసరం లేదూ?" అడిగాడు రాజు.

యుగంధర్ నవ్వి "ఏం జాగ్రత్త పడదాం! ఇంటికి పోలీసులని కాపలా పెడదామా?" అడిగాడు.

ఇద్దరూ నవ్వుకుని ఉత్తరం విషయం మరిచిపోయారు.

2

బాంకులో జరిగిన దొంగతనం విషయం దర్యాప్తు చేస్తూ స్థానిక పోలీస్ ఇన్‌స్పెక్టర్‌తో మాట్లాడి యుగంధర్, రాజు రాత్రి పదిగంటలకి యింటికి చేరుకున్నారు.

సరిగా అప్పుడే టెలిఫోన్ గణగణ మోగింది.

యుగంధర్ రిసీవర్ తీశాడు. "హల్లో, డిటెక్టివ్ యుగంధర్ స్పీకింగ్!" అన్నాడు.

"పోలీస్ కానిస్టేబుల్ సెల్వం స్పీకింగ్ సార్!"

"ఆ! ఏమిటి?"

"వి.పి.సుబ్రహ్మణ్యంగారు గంట క్రితం హత్య చెయ్యబడ్డారు."

"ఎవరా సుబ్రహ్మణ్యంగారు?"

"నాకు తెలియదు సార్. సెయింట్ థామస్ మౌంట్‌లో ట్రంక్‌రోడ్ మీద నెంబర్ 118 ఇల్లు ఆయనది. డిటెక్టివ్ ఇన్‌స్పెక్టర్ స్వరాజ్యరావుగారు అక్కడికి వెళ్ళారు. మీ సహాయం కావాలిట. మిమ్మల్ని వెంటనే బయలుదేరి రమ్మని చెప్పమన్నారు."

"ఆల్‌రైట్! వెళతాను" అన్నాడు యుగంధర్ రిసీవర్ పెట్టేస్తూ.

"ఎవరూ?" అడిగాడు రాజు.

యుగంధర్ చెప్పాడు.

"అయితే మనం యిప్పుడు బయలుదేరాలా?"

"బయలుదేరే ముందు పోలీస్ హెడ్‌క్వార్టర్స్‌కి ఫోన్ చెయ్యాలి."

"ఎందుకు?"

"నిజంగా స్వరాజ్యరావు మనల్ని రమ్మన్నాడేమో తెలుసుకోడానికి" అని యుగంధర్ పోలీస్ హెడ్‌క్వార్టర్స్‌కి ఫోన్ చేశాడు. రిసీవర్ పెట్టేసి "సెయింట్

థామస్ మౌంట్‌లో హత్య జరిగిందని కానీ, స్వరాజ్యరావు అక్కడికి వెళ్ళాడని కానీ హెడ్‌క్వార్టర్స్‌లో ఎవరికీ తెలియనే తెలియదట" అన్నాడు.

"సెయింట్ థామస్ మౌంట్ పోలీస్‌కి ఫోన్ చేస్తే?" అడిగాడు రాజు.

"చేస్తాను" అని యుగంధర్ సెయింట్ థామస్‌మౌంట్ పోలీస్ స్టేషన్‌కి ఫోన్‌చేసి రిసీవర్ పెట్టేసి "సార్జంటు డ్యూటీలో వున్నాడు. హత్యగురించి అతనికేమీ తెలియదట. కానిస్టేబుల్‌ని 118 నెంబరు ఇంటికి పంపించి ఆరా తీస్తానన్నాడు. వద్దన్నాను" చెప్పాడు యుగంధర్.

"ఎందుకు వద్దన్నారు?"

"నన్ను చంపుతానని బెదిరిస్తూ ఉత్తరం వచ్చి అరవై గంటలు దాటింది. తెల్లారితే డెబ్భై రెండు గంటలూ అయిపోతాయి. మనమే వెళ్లి ఆరా తీద్దాము" అన్నాడు యుగంధర్.

యుగంధరూ, రాజూ పిస్తోళ్లు తీసుకుని జేబుల్లో వేసుకుని క్రిజ్లర్ కారు ఎక్కారు.

✤ ✤ ✤

114 నెంబరు యిల్లు పెద్దబంగళా. తర్వాత ఖాళీస్థలం. 115, 116, 117, 118, 119 నెంబర్ యిళ్ళు లేవు. 120 నెంబర్ యిల్లున్నది.

"ఏం చేద్దాం?" అడిగాడు రాజు.

"కారు వెనక్కి తిప్పు" అన్నాడు యుగంధర్. ఒక చేతిలో పిస్తోలు తయారుగా వుంది. ఇంకో చేతిలో టార్చిలైట్. ఆ ట్రంకురోడ్‌మీద మనిషిమాత్రుడు లేడు. వీధిదీపాలు దూరదూరంగా వున్నాయి. 120 నెంబర్ ఇంటినుంచి వెనక్కి ఓ యాభై గజాలు వెళ్ళారు. ఖాళీస్థలంలోకి టార్చివెలుగు వేసి చూస్తూ "ఆపు!" అన్నాడు యుగంధర్.

రాజు బ్రేక్ నొక్కాడు.

ఆ ఖాళీస్థలంలో రోడ్‌కి దూరంగా ఒక చెట్టుకింద ఆగివున్న నల్లని కారు చూసారు యిద్దరూ.

కారు దగ్గిరికి వెళదామా వద్దా అని నిముషంపాటు ఆలోచించాడు యుగంధర్.

కటిక చీకటి. ఆ కారులో తనని హత్య చేస్తానని బెదిరించిన మనిషి వుంటే కారుదగ్గిరికి వెళ్లేటప్పటికి తననీ, రాజునీ పిస్తోలుతో కాల్చి పారెయ్య వచ్చు. టార్చి ఆర్పేశాడు యుగంధర్.

ఇంకా చీకటి అయిపోయింది. రాజు చెవిలో రహస్యంగా ఏదో చెప్పాడు. రాజు వెళ్ళిపోయాడు ఎడంవైపుకి. యుగంధర్ కుడివైపుకి నడిచాడు. చేతిలో పిస్తోలు తయారుగా పట్టుకున్నాడు. అడుగులో అడుగు వేసుకుంటూ నడుస్తున్నాడు. ఏ ఎండుటాకో, ఏ పుల్లో కాలికింద నలిగి చప్పుడు అవుతుందేమోనని యుగంధర్ భయం. నల్లని నీడల్లా కనిపిస్తున్నాయి చెట్లు. ఓ చెట్టుకింద వున్నది కారు.

ఆ కారులో ఎవరైనా వుండివుంటే... తనకోసం కాచుకుని వుంటే... యీపాటికి ఆ మనిషి తయారుగా వుండివుంటాడు. తను టార్చి ఆర్పేయడమూ, తన కారు అక్కడే వుండటమూ గమనించి వుంటాడు. చీకటిలో స్పష్టంగా కనిపించకపోయినా తామిద్దరూ ఆ చెట్టుదగ్గిరికే వస్తున్నారని గ్రహించి వుంటాడు. జాగ్రత్త పడాలి. కారుకి మరీ దగ్గిరిగా వెళ్ళకూడదనుకున్నాడు. చెయ్యి పైకి ఎత్తి, పిస్తోలు ఆకాశంవైపు తిప్పి మీట నొక్కాడు. ధాం అని చప్పుడయింది. వెంటనే తను నిలుచున్న చోటినుంచి అయిదు గజాలు అవతలికి జరిగికాచుకున్నాడు. కారు దగ్గిర్నించి ఎవరైనా తను పిస్తోలు కాల్చినవైపు పిస్తోలు పేలుస్తారేమోనని.

నిశ్శబ్దం.

అయిదు నిముషాలు గడిచాయి. ఇంకా నిశ్శబ్దం.

ఈపాటికి రాజు కారుదగ్గిరికి వెళ్ళివుంటాడని యుగంధర్‌కి తెలుసు. ఇంకా ఏం చేస్తున్నాడు రాజు! కారులో ఎవరైనా వున్నదీ లేనిదీ చెప్పడేం!

“చేతులు ఎత్తు! కదలక! కదిలితే కాల్చేస్తాను” గొంతెత్తి అరిచాడు రాజు.

యుగంధర్ ముందుకి జరిగాడు. కారులో ఎవరో వున్నారన్నమాట. రాజు కారులో వున్న మనిషిని చూసి హెచ్చరించాడన్న మాట.

నిముషం తర్వాత రాజుచేతిలో టార్చిలైటు వెలిగింది.

డ్రైవింగ్ సీటులో ఎవరో కూర్చుని వుండడం గమనించాడు యుగంధర్.

"కదలకు చంపేస్తాను. ఇద్దరం వున్నాం" అని అరుస్తూ రాజుకి ఎక్కడ ఆపద కలుగుతుందో అనే ఆదుర్దాతో కారు దగ్గిరికి వెళ్ళాడు యుగంధర్. రాజు కారుకిటికీ అద్దంలోంచి లోపలికి వెలుగు వేశాడు.

కారు ముందు సీటులో ఒకళ్ళు కాదు యిద్దరున్నారు. ఒక పురుషుడు, ఒక స్త్రీ.

ఇద్దరూ ఒకళ్ళని ఒకళ్ళు కావలించుకొని వున్నారు. ఆమె మెడలో అతను మొహం దాచుకున్నాడు. అతని భుజంమీద ఆమె మొహం ఆనించి వుంది.

ఆమె తలలో పువ్వులు, ఆమె చేతివేళ్ళ గోళ్ళకి ఎర్రరంగు, బంగారం గాజులు.

అతని చేతి గడియారం, వేలివుంగరం తళతళ మెరిశాయి.

కారులో వెలుగుపడ్డా యిద్దరూ కదలలేదు. పలకలేదు. తన్మయత్వమా!

కారు తలుపు చప్పుడు చెయ్యడానికి యుగంధర్ చెయ్యి ఎత్తాడు. అదే సమయానికి రాజు టార్చి పక్కకి తిప్పి వెలుగు యింకొకవైపు వేశాడు.

ఆమె వీపులోంచి నడుంమీదికి, నడుంమీదనించి కారు సీటుమీదికి కారిన రక్తం ఎర్రగా కనిపించింది.

యుగంధర్ కారుతలుపు తియ్యడానికి ప్రయత్నించాడు. రాలేదు. మిగతా మూడు తలుపులూ తియ్యడానికి ప్రయత్నించాడు. ఏదీ రాలేదు. తాళంవేసి వున్నాయి.

"రాజూ! క్విక్. మన కారు దగ్గిరికి పరిగెత్తుకు వెళ్ళి గ్లవ్స్ బాక్సులో వున్న మారుతాళం చెవులగుత్తి తీసుకురా" అరిచాడు యుగంధర్.

రాజు పరిగెత్తాడు.

యుగంధర్ టార్చివెలుగు కారులోకి వేసి వుంచి ఆ యిద్దర్నీ పరీక్షగా చూస్తున్నాడు.

చలనం లేదు. వూపిరి పీలుస్తున్న చిన్న కదలిక కూడా లేదు. బొమ్మలమల్లే వున్నారు యిద్దరూ.

నిముషంలో రాజు తిరిగివచ్చాడు. అతని చేతిలోంచి మారుతాళం చెవుల గుత్తి తీసుకుని యుగంధర్ డ్రైవింగ్ సీటు తలుపు తెరిచాడు. ఆ పురుషుడి చెయ్యి పట్టుకుని నాడి పరీక్ష చేశాడు. తర్వాత ఆమె నాడి చూశాడు.

"ఇద్దరికీ ప్రాణం లేదు" అన్నాడు.

"ఏం చేద్దాం?" అడిగాడు రాజు.

"ముందు పోలీస్‌కి రిపోర్టు చెయ్యాలి. నువ్వు వెళ్ళి దగ్గిర్లో టెలిఫోన్ ఎక్కడ వున్నదో కనుక్కుని ఫోన్ చేసిరా" చెప్పాడు యుగంధర్.

రాజు వెళ్ళిపోయాడు.

డిటెక్టివ్ యుగంధర్ ఆలోచిస్తున్నాడు. తనని యిక్కడికి రమ్మని ఫోన్ చేసిన మనిషి ఎవరు? ఈ యిద్దర్నీ హత్యచేసిన మనిషేనా? తనని ఎందుకు రమ్మని టెలిఫోన్ చేశాడు? తనని డెబ్బైరెండు గంటలలో చంపేస్తానని బెదిరిస్తూ ఉత్తరం రాసిన మనిషీ, యీ మనిషీ ఒకడేనా? తనని హత్య చేస్తానని బెదిరించిన మనిషి యింకెవర్నో ఎందుకు హత్యచేశాడు? తనకి ఆ విషయం తెలియచెయ్యడంలో ఆ హంతకుడి వుద్దేశం ఏమిటి? ఇలాటి ప్రశ్నలు ఒకదాని తర్వాత ఒకటి చిక్కుముళ్ళు వేసుకుని యుగంధర్ మనస్సులో గందరగోళం చేస్తున్నాయి.

అంతలో ఎవరో చిన్నగా నవ్వినట్లు వినిపించింది. యుగంధర్ చటుక్కున వెనక్కి తిరిగాడు పిస్తోలు గురిపెడుతూ. ఎవరూ లేరు. కటిక చీకటి.

ఎవరు నవ్వింది? ఆ ప్రాంతాల మనిషి మాత్రుడు వున్నట్లు లేదు. ఆ యిద్దరికీ ప్రాణం లేదు. వాళ్లు నవ్వలేదు. ఆ నవ్వు ఎటునించి వచ్చిందీ కూడా యుగంధర్ తెలుసుకోలేకపోయాడు. ఏ చెట్టుకొమ్మ మీదినించో ఏదైనా పక్షి కూసిందా! తన చెవులకి ఆ కూత ఎవరో నవ్వినట్టు వినిపించిందా!

కారులో వున్న యిద్దర్లో ఎవరికో యింకా ప్రాణం వుందా? అది నవ్వు కాదా? మూలుగా? తను పొరబడ్డాడా?

యుగంధర్ కారుతలుపు తెరిచాడు. మళ్ళీ ఆ యిద్దరి నాడీ పరీక్ష చేశాడు. సందేహం లేదు. ఇద్దరికీ ప్రాణం లేదు. నవ్వింది ఆ యిద్దరిలో ఎవరూ కాదు.

కారు తలుపు తెరిచే వుంది. వెనక్కి తిరిగి చూశాడు.

ఈసారి దగ్గిర్లోంచి నవ్వు వినిపించింది. వెక్కిరింపు నవ్వు. క్రూరమైన నవ్వు. భయంకరమైన నవ్వు. ఎవరో దగ్గిర్లో ఏ చెట్టునీడలోనో చీకట్లో పొంచి వుండి తనని చూస్తున్నాడు. తనని చూసి నవ్వుతున్నాడు. తను ఎక్కడ వున్నదీ

అతనికి తెలుసు. అతను ఎక్కడ వున్నదీ తనకి తెలియదు. తనని కాల్చి చంపదలచుకుంటే అతను సులభంగా చంపవచ్చు. తను తనని రక్షించుకోవడానికి అతన్ని కాల్చలేడు. చీకట్లో అతను ఎక్కడ వున్నదీ తనకి తెలియదు.

"నిన్ను ఎవరూ రక్షించలేరు. నీ అసిస్టెంటు స్పృహ లేకుండా పడివున్నాడు" మళ్ళీ నవ్వు.

'కారులో యీ యిద్దర్నీ చంపింది నువ్వేనా' అని అడగాలనిపించింది యుగంధర్‌కి. కాని తను మాట్లాడితే తను ఎక్కడ వున్నదీ ఆ దుర్మార్గుడికి స్పష్టంగా తెలుస్తుంది. రాజుగాని, పోలీసులుగాని వస్తారనే ఆశ లేదు యిప్పుడు.

యుగంధర్ జవాబు చెప్పకుండా చీకట్లోకి చూస్తున్నాడు. ఆ మనిషి ఆకారం కన్పిస్తే చాలు పిస్తోలుతో కాల్చవచ్చు.

అంతలో ధాం అని చప్పుడయింది. కాస్తంత దూరంలో పిస్తోలు పేలింది. గుండు కారు తలుపుకి తగిలింది.

యుగంధర్ చటుక్కున కారుతలుపు తెరిచి, లోపలికి ఎక్కాడు. డ్రైవింగ్ సీటులో వున్న శవాన్ని కొద్దిగా పక్కకి తోసి తలుపు మూశాడు.

పకపక నవ్వు వినిపించింది.

"బావుంది. మరీ మంచిది. మూడో శవం కారులో వుంటుంది" అన్నాడు చీకట్లో వున్న మనిషి.

కారులో ఎక్కి కూర్చున్నంత మాత్రాన ప్రమాదం తప్పించుకున్నానని అనుకోలేదు యుగంధర్.

తను కారులో వుండడం ఆ హంతకుడికి తెలుసు కనక అతని పని సులభమవుతుంది అని యుగంధర్‌కి తెలుసు. కారు తలుపు అద్దం పైకి ఎత్తేశాడు. రాజుని వీడు ఏం చేశాడు? స్పృహ పోయిందన్నాడు. పిస్తోలుతో కాల్చాడా? కాల్చివుంటే తనకి చప్పుడు వినిపించేది.

యుగంధర్ మారుతాళం చెవులగుత్తి తీసి, ఇగ్నిషన్ స్విచ్‌లో పెట్టి తిప్పాడు. డాష్‌బోర్డుమీద ఎర్రని దీపం వెలిగింది. గుడ్! కారు స్టార్టు చెయ్యవచ్చు. ఈ హంతకుడు ఎక్కడ వున్నాడో తెలియకుండా కారు స్టార్టు చెయ్యకూడదు.

యుగంధర్ చెయ్యి హెడ్‌లైట్స్ స్విచ్‌మీద పెట్టి తయారుగా వున్నాడు.

"ధాం" అని చప్పుడయింది. హంతకుడు ఎక్కడ వున్నాడో గ్రహించగలిగాడు యుగంధర్.

కారు స్టార్టు చేసి, అటు తిప్పి, హెడ్‌లైట్స్ వెలిగించాడు. పిస్తోలు పట్టుకున్న చెయ్యి కారు కిటికీలోంచి బయటికి పెట్టాడు. కళ్ళు చిట్లించి చూశాడు. ఓ ఆకారం కనిపించింది. కాల్చడానికి పిస్తోలు మీట నొక్కబోయి ఆగిపోయాడు.

తనకి కన్పించిన ఆ మనిషి నేలమీద నిలబడిలేడు. చెట్టుకి వేళ్ళాడుతున్నాడు. మెడని తాడుతో బిగించి చెట్టుకొమ్మకి ఆ తాడు కట్టేశాడు. నేలకి ఆరంగుళాలపైన కాళ్ళు వేళ్ళాడుతున్నాయి. యుగంధర్ ఆ మనిషినే రెప్పవాల్చకుండా చూశాడు. మోటారు కారుదీపం వెలుగులో స్పష్టంగా కన్పిస్తున్నాడు. చెట్టుకి వేళ్ళాడుతున్న మనిషి.

కళ్ళు వెళ్ళుకు వచ్చాయి. నాలిక వెళ్ళుకు వచ్చింది. ప్రాణం లేదు. యుగంధర్ పళ్ళు పటపట కొరుకుతున్నాడు. వీడెవడో రాక్షసుడు. మనిషి కాడు. ముగ్గుర్ని హత్యచేశాడు... ఇద్దర్ని కారులో, ఒకణ్ణి చెట్టుకి కట్టి. ఇప్పుడు తనని చంపడానికి కాచుకున్నాడు.

ఆ హంతకుణ్ణి పట్టుకోవాలనే దీక్షతో యుగంధర్ తనకి ఆపద కలగవచ్చన్న విషయం లెఖ్ఖ చెయ్యకుండా కారుని వలయాకారంలో తిప్పడం ప్రారంభించాడు.

కారు హెడ్‌లైట్స్ కాంతిలో ఆ ప్రదేశమంతా గాలిస్తున్నాడు. నీడలని, దూరాన వున్న అస్పష్టమైన ఆకారాలని పరీక్షగా చూస్తున్నాడు.

కారు తలుపు దగ్గిర ఏదో చప్పుడయ్యేసరికి యుగంధర్ తలతిప్పాడు. కాని అప్పటికే ఆలస్యం అయిపోయింది.

'ఢాం' అని పేలింది పిస్తోలు మొహానికి అడుగు దూరంలో. కళ్ళముందు మెరుపు మెరిసినట్లయింది. చప్పుడుతోపాటు... హంతకుడి క్రూరమైన నవ్వూ వినిపించింది.

అంతే...

తలకి అడుగుదూరంలో పిస్తోలు పేలిందనీ, అదే తన ఆఖరిశ్వాస అనీ యుగంధర్‌కి తెలుసు.

ఆ హంతకుడి చేతిలో చిక్కి ప్రాణం వొదులుతున్నాననీ తెలుసు.

రాజు సురక్షితంగా వుంటే ఆ హంతకుణ్ణి పట్టుకుంటాడని తృప్తిపడ్డాడు.

3

దగ్గిర్లో టెలిఫోన్ ఎక్కడ వున్నదో కనుక్కొని పోలీసులకి ఫోన్ చెయ్యమని యుగంధర్ చెప్పగానే రాజు పరిగెత్తికెళ్ళాడు క్రిజ్లర్ కారుదగ్గిరికి.

కారు తలుపుతెరిచి డ్రైవింగ్ సీటులో కూర్చుని సెల్ఫు స్టార్టర్ లాగ బోతుండగా తలమీద పెద్ద బరువు ఏదో పడినట్లయింది. అది ఏమిటో, ఎక్కణ్ణించి వచ్చిందో రాజు తెలుసుకోవడానికి అవకాశం లేకుండానే స్పృహ పోయింది.

తర్వాత ఎంతసేపటికో రాజుకే తెలియదు... స్పృహ వచ్చింది. తలలో వెయ్యి యినపగుళ్ళు పెట్టి దొర్లిస్తున్నట్లు నెప్పి. కళ్ళగుడ్లు పట్కారుతో పట్టిలాగుతున్నట్లు పోటు. తను ఎక్కడ వున్నదీ, ఏం జరిగిందీ తెలుసుకోవ డానికి రెండునిముషాలు పట్టింది. లేచి కూర్చుని తల అరిచేత్తో తడిమి చూసుకున్నాడు. తలవెనక పెద్ద బొప్పి కట్టింది. తను వెళ్ళి జరిగింది యుగంధర్‌కి చెప్పాలా లేక వెళ్ళి పోలీసులకి టెలిఫోన్ చెయ్యాలా అని రాజు ఆలోచిస్తుండగా మైదానంలో కారు స్టార్టు అయిన చప్పుడు వినిపించింది.

కారులో శవాలు వున్నాయి. ఎవరు స్టార్టు చేసివుంటారు? యుగంధరా? ఎందుకు? రాజు మైదానం వైపు చూస్తున్నాడు.

కారు హెడ్‌లైట్స్ వెలిగాయి. మైదానంలో కారు వలయాకారంలో తిరుగుతోంది.

హంతకుడు మైదానంలో ఎక్కడయినా వున్నాడేమోనని యుగంధర్ కారు దీపాల వెలుగులో పరీక్ష చేస్తున్నాడని రాజు గ్రహించాడు. చెట్టుకి వేళ్లాడుతున్న శవం రాజుకి కనిపించలేదు. కొమ్మలు అడ్డంగా వున్నాయి.

అంతలో మైదానంలో కారు వెనుకనించి ఎవరో నెమ్మదిగా కదలడం చూశాడు. కారులో వున్నది హంతకుడా? యుగంధరా?

నీడలా వున్న ఆ ఆకారం కారు డ్రైవింగ్ సీటు దగ్గిరికి వెళ్ళటం, చెయ్యి ఎత్తడం, పిస్తోలు పేల్చడం... అంతా చూశాడు.

ఆ పిస్తోలు పేల్చినది హంతకుడు అయివుండాలి. కారులో వున్నది యుగంధర్ అయివుండాలి. యుగంధర్ ఎవర్నీ అలా అంత దగ్గిర్లోంచి నిర్దాక్షిణ్యంగా పిస్తోలుతో కాల్చడు... హంతకుడయినా సరే. ఆత్మరక్షణకి

తప్పనిసరయితే కాని యుగంధర్ పిస్తోలు పేల్చడు కనుక, కారులో వున్నది యుగంధరే అయివుండాలి.

ఈ ఆలోచనలన్నీ రాజు మెదడులో అరక్షణంలో కదిలిపోయాయి. కారులోంచి ఒక్క దూకు దూకాడు. ఒక్క పరుగున మైదానంలోకి వెళ్ళాడు. రాజు అడుగుల చప్పుడు విని హంతకుడు వెనక్కి తిరిగి చెయ్యి పైకి ఎత్తాడే కాని పిస్తోలు పేల్చేలోపునే రాజు అతని మెడని రెండుచేతుల్తో పట్టుకొని కాలు ఎత్తి డొక్కలో తన్నాడు.

ఒక్కసారి బాధతో మూలిగి హంతకుడు పళ్ళుకొరుకుతూ పిస్తోలు రాజువైపు గురిపెట్టాడు. రాజు అది గమనించి అతనిచెయ్యి పట్టుకుని మెలిపెట్టాడు. "వొదులు! పిస్తోలు కిందపడెయ్యి" అన్నాడు.

నెప్పి భరించలేక, పట్టు సడలిపోయి, హంతకుడు పిస్తోలు వదిలేశాడు. నేలమీద పడి, ఒక రాయికి తగిలి ఖంగుమన్నది పిస్తోలు.

రాజు పిడికిలి బిగించి అతన్ని గెడ్డంమీద బలంగా కొట్టాడు. ఆ దెబ్బకి అతను నాలుగు గజాల దూరం వెళ్ళిపడ్డాడు. రాజు ఒక్క వురుకు వురికాడు. పడిపోయిన అతను తిరిగి లేవపోతుండగా అతన్ని ఛాతీమీద ఒక తన్ను తన్నాడు.

హంతకుడు వెనక్కి రెండుసార్లు దొర్లి, చటుక్కున లేచి నిలుచున్నాడు. అది గమనించి రెండడుగులు ముందుకు వేసిన రాజుని రెండు చేతులలో గట్టిగా బంధించాడు. ఆయాసంతో రొప్పుతూ "రాజూ! నిన్ను చంపడానికి అవకాశం దొరికినా చంపకుండా వదిలేశాను ఇందాక. నీమీద నాకు ఎటువంటి కసీ లేదు. కనుక యిప్పుడు అకారణంగా నాతో కలియబడి నీ ప్రాణానికి అపాయం తెచ్చుకోక" అన్నాడు.

రాజు మాట్లాడకుండా అతని పట్టులోంచి తప్పించుకోవడానికి ప్రయత్నించాడు. ఇనపకడీల మల్లే వున్నాయి హంతకుడి చేతులు. చాలా బలవంతుడు అయివుండాలి. రాజుకన్నా కనీసం మూడు అంగుళాల పొడుగు వుంటాడు.

"చెప్పు! నువ్వు జోక్యం కల్పించుకోనంటే నిన్ను వదిలేస్తాను" అన్నాడా హంతకుడు.

రాజు జవాబు చెప్పలేదు. ఛాతీ విరిచి ఒక్కదులుపు దులిపాడు.

“ప్రయోజనం లేదు రాజూ! నేను నీ కన్నా రెండింతలు బలమైనవాణ్ణి. నిన్నేకాదు, నీ యుగంధర్ని కూడా నా రెండుచేతులతో రెండుగా విరిచిపారెయ్య గలను” అని మరింత బలంగా రాజు ఛాతీని బిగించాడు రెండు చేతుల్లో.

రాజుకి వూపిరి ఆడడం లేదు. గుండెమీద పెద్దబరువు పెట్టినట్లుంది.

హంతకుడితో– యుగంధర్ని కాల్చిన ఆ రాక్షసుడితో రాజీపడి తన ప్రాణాల్ని రక్షించుకొనడం రాజుకి అసలు యిష్టంలేదు. అతని ఇనపసంకెళ్ళలోంచి తప్పించుకోవడానికి అవకాశమూ కనిపించడంలేదు.

ఏం చెయ్యాలి? మొహం వేడెక్కుతోంది. చెవులు గింగురుమంటున్నాయి. కాళ్ళు వూగిపోతున్నాయి. ఊపిరి ఆడడంలేదు. ఎలా! ఎలా! ఎలా తప్పించు కోవడం! చటుక్కున వూపిరి వదిలి, మనిషి అంతా ముడుచుకుని కిందికి జారిపోయాడు. వెంటనే ఒక్క గంతున లేచి అతన్ని బలంగా మెడమీద కొట్టాడు. హంతకుడు వెనక్కి రెండడుగులు వేశాడు. అతను ఎంత బలవంతుడయితేనేం రెండుచేతుల పిడికిళ్ళూ బిగించి, రౌద్రంతో రాజు అతని తలమీద బాదు తున్నాడు. నాలుగు దెబ్బలు వేశాడు. అయిదో దెబ్బ వేస్తున్నాడు. హంతకుడు రాజుచేతిని పట్టుకున్నాడు. పట్టుకుని, ముందుకి లాగి, రెండోచేత్తో రాజు కణతమీద కొట్టాడు.

కళ్ళు చీకట్లు కమ్మాయి, నక్షత్రాలు జిగేలుమన్నాయి రాజు కళ్ళల్లో. హంతకుడు మళ్లీ కొట్టబోతుండగా అతని చేతిని గట్టిగా పట్టుకున్నాడు.

రాజు చెయ్యి ఒకటి హంతకుడి చేతిలో చిక్కింది. హంతకుడి చెయ్యి ఒకటి రాజు చేతిలో చిక్కింది. నిముషం పాటు యిద్దరూ కదలకుండా అలాగే నిలబడ్డారు.

“రాజూ! ఆఖరిసారి అడుగుతున్నాను. నువ్వు కిక్కురుమనకుండా వెళ్ళిపోతావా?” అడిగాడు హంతకుడు.

రాజు అతనితో మాట్లాడి తన సత్తువ వృథా చెయ్యదలుచుకోలేదు. హంతకుడి చెయ్యి వెనక్కి విరిచాడు.

“ఓరీ! నీకింత పొగరా?” అంటూ రాజు చేతిని వెనక్కి విరిచాడు అతను. కలుక్కుమన్నది ఎముక. భరించలేని నెప్పి. రాజు పళ్ళతో పెదిమలని కరిచిపెట్టి హంతకుడి చెయ్యి యింకా విరిచాడు. తనకున్న బలమంతా వుపయోగించాడు.

"అమ్మయ్యో!" కేకేశాడు హంతకుడు. రాజుకి అమితమైన తృప్తి కలిగింది. తన చెయ్యి విరిగితే విరిగింది. హంతకుడి చెయ్యి విరిచాడు. తను బాధ భరించగలిగాడు. హంతకుడు భరించలేకపోయి కేక వేశాడు. రాజుకి ధైర్యం వచ్చింది. తనే నెగ్గగలడు. ఆ ధైర్యమే అతని బలాన్ని రెండింతలు చేసింది. ఒక్క ఎగురు ఎగిరి అతన్ని బూట్సుకాలితో డొక్కలో తన్నాడు. అతను నేలమీదికి ఒరిగిపోతూ, పొట్ట చేత్తో పట్టుకుని మూలిగాడు. అతను వూపిరి తీసుకోడానికి కూడా యిక వ్యవధి యివ్వదలుచుకోలేదు రాజు. కిందపడిపోయిన అతని మీదికి వురికి, అతని ఛాతీమీద కూర్చుని ఒక చేత్తో అతని మెడ పట్టుకున్నాడు.

తను రాజుని గెలవలేననే అధైర్యం కలిగింది ఆ హంతకుడికి. ప్రాణాలతో తప్పించుకుంటే చాలుననుకున్నాడు. రాజుతో యిక పోట్లాడదలుచుకోలేదు.

అమాంతం లేచి కూర్చున్నాడు. కూర్చుంటూ రాజుని ఒక్కతోపు తోశాడు. రాజు వెనక్కి పడ్డాడు. రాజు గొంతు పట్టుకుందామని ఆలోచించి పారిపోవడమే వివేకమైన పని అని నిశ్చయించుకుని హంతకుడు ఒక్క పరుగు తీశాడు.

రాజు అతన్ని పారిపోనివ్వదలచుకోలేదు. వెంటపడ్డాడు. రోడ్‌కి దగ్గిరిగా వున్న చెట్టుకిందికి పరిగెత్తి మోటార్ సైకిల్ ఎక్కి స్టార్టు చేశాడు హంతకుడు. రాజు దగ్గిరికి వచ్చేటప్పటికి మోటార్ సైకిల్ కదిలి వెళ్ళిపోయింది. రాజు క్రిజ్లర్ కారు దగ్గిరికి పరిగెత్తాడు. డ్రైవింగ్ సీటు తలుపు తెరిచి ఎక్కి స్విచ్ వెయ్యపోయాడు. తాళంచెవి లేదు. చకచక జేబులు వెతుక్కున్నాడు. జేబుల్లోనూ లేదు. ఏమైంది? తను కారెక్కినపుడు, హంతకుడు తనని తలమీద కొట్టినప్పుడు, తనకి స్పృహ పోయినప్పుడు కారు తాళంచెవులు హంతకుడు అపహరించి వుండాలి. ఇక ఆ హంతకుణ్ణి వెంటాడి పట్టుకునే అవకాశం లేదు. రాజు క్రిజ్లర్ కారు దిగి మైదానంలో వున్న కారుదగ్గిరికి వెళ్ళాడు. గొంతులో ఏదో అడ్డుపడినట్లున్నది. ఏదో దిగులు. అంత దగ్గిర్లోంచి కాల్చిన పిస్తోలు గుండుకి గురి అయిన తర్వాత యింకా యుగంధర్ బతికివుంటాడనే ఆశ లేదు. కారు దగ్గిరికి వెళ్ళి "సార్! సార్!" అన్నాడు నెమ్మదిగా.

జవాబు లేదు.

టార్చిలైట్ లేదు. కారు హెడ్‌లైట్స్ ఆరిపోయాయి. అసలు ఏమీ కనిపించడం లేదు.

రాజు జేబులోంచి సిగిరెట్ లైటర్ తీసి వెలిగించి, ఆ వెలుగులో కారులోకి చూశాడు. యుగంధర్ మొహం చూడగానే రాజు చేతులు వొణికాయి. చేతిలోంచి లైటర్ కిందపడిపోయి అంతా కటిక చీకటి అయిపోయింది. కాని రాజు కళ్ళముందు తను చూసిన దృశ్యం అలాగే నిలిచిపోయింది.

రక్తంతో తడిసి, ఎర్రగా అయిపోయిన యుగంధర్ మొహం, నుదుటిమీద నించి కనురెప్పల మీదినించి, రెండు చెంపలమీదికి, చెంపల మీదినించి మెడమీదికి కారిన ఎర్రని రక్తం చారలు కనిపించాయి. తల సీటుమీదికి వెనక్కి వాలిపోయి వుంది. షర్టు కాలర్ ఎర్రని మప్లర్ చుట్టుకున్నట్లు రక్తంతో ఎర్రపడింది. కళ్ళు మూసుకుని వున్నాయి.

"సార్! సార్!" అరిచాడు రాజు.

జవాబు లేదు. నిశ్శబ్దం. ఘోరమైన నిశ్శబ్దం. రాజు నేలమీద రెండు చేతులతో తడిమి చూశాడు. లైటర్ దొరికింది. లైటర్ వెలిగించి, యుగంధర్ మొహం చూడకుండా కారుటాపు లైట్ వెలిగించాడు.

చలనం లేకుండా వున్న యుగంధర్ని చూడగానే రాజుకళ్ళల్లో నీళ్ళు తిరిగాయి.

తను మొట్టమొదటిసారి యుగంధర్ని కలుసుకోవడం, యుగంధర్ తనని అసిస్టెంటుగా తీసుకోవడం, యుగంధరూ, తనూ కలిసి దర్యాప్తు చేసిన కేసులు, యిద్దరూ కలిసి ఎదుర్కొన్న ఆపదలు, యుగంధర్ తనని మృత్యువునించి రక్షించిన సందర్భాలు- అన్నీ చకచక రాజుకళ్ళముందు నిలిచాయి.

తను యుగంధర్ని రక్షించలేకపోయాడు. తను పోలీసుల కోసం పరిగెత్తి వుండకపోతే! ఎంత ఆపుకుందామన్నా రాజుకి దుఃఖం ఆగడంలేదు. ఏడుస్తూ జేబులోంచి రుమాలు తీసి యుగంధర్ కళ్ళమీది రక్తం తుడిచాడు. అలా తుడుస్తున్నపుడు అతని వేళ్ళకి యుగంధర్ కనురెప్పల వెంట్రుకలు తగిలాయి. అవి కదిలినట్లయింది. నిజమా! భ్రమా! రాజు గుండె ఆశతో అతి వేగంగా కొట్టుకుంటోంది. యుగంధర్ చెయ్యి తీసి నాడి చూశాడు. నాడి బలహీనంగా కొట్టుకుంటున్నట్లు వున్నది. నిజమా! యుగంధర్ బతికే వున్నాడా!

రాజు యుగంధర్ ఛాతీమీద చెయ్యిపెట్టి గుండె కొట్టుకోవడం తెలుస్తుందేమో చూశాడు. తెలియలేదు. తలవంచి యుగంధర్ గుండెమీద చెవి పెట్టాడు. డబ్ లబ్-డబ్ లబ్ అంటోంది గుండె. తన చెవులని తనే నమ్మలేకపోయాడు. సంతోషం పట్టలేకపోయాడు. యుగంధర్ బతికే వున్నాడని బిగ్గిరిగా అరవాలనిపించింది. ఇక ఆలస్యం చెయ్యకూడదు. రాజు యుగంధర్ భుజం పట్టుకుని జాగ్రత్తగా, నెమ్మదిగా కిందికి లాగాడు. నేలమీద పడుకోపెట్టి కోటువిప్పి మడిచి యుగంధర్ తలకింద ఎత్తుగా పెట్టాడు. డాక్టర్ కావాలి! వెంటనే డాక్టర్ని పిలుచుకు రావాలి! ఎలా! దగ్గిర్లో టెలిఫోను ఎక్కడున్నది? తను యుగంధర్ని ఒంటిగా వొదిలి ఎలా వెళ్ళడం? ఆ హంతకుడు మళ్ళీ వచ్చి యుగంధర్ని చంపేస్తే! ఉహు! యుగంధర్ని ఒంటిగా వదలి వెళ్ళడానికి వీల్లేదు. రాజు క్రిజ్లర్ కారు దగ్గిరికి పరిగెత్తాడు. డాష్‌బోర్డు కింది తీగెలు లాగాడు. స్విచ్‌లోంచి వూడి వచ్చిన రెండు తీగెలని కలిపి, బిగించి సెల్ఫు స్టార్టర్ లాగాడు. ఇంజన్ స్టార్టు అయింది. వెంటనే కారు మైదానంలోకి పోనిచ్చాడు. యుగంధర్ దగ్గిరగా ఆపి, దిగి అతికష్టంతో నెమ్మదిగా యుగంధర్ని కొంచెం కొంచెం లాగి వెనక సీటులో పడుకోపెట్టాడు. తర్వాత కారు స్టార్టు చేసి అరవై మైళ్ళ స్పీడున పోనిచ్చాడు. ఇటూ అటూ చూస్తున్నాడు ఎక్కడయినా డాక్టర్ బోర్డు కనిపిస్తుందేమోనని. గిండీ ప్రాంతాలకి కారు చేరుకున్నది.

డాక్టర్ శ్రీనివాసన్ అనే బోర్డు చూసి రాజు సడన్‌బ్రేక్ వేశాడు. ఒక్క వురుకున కారులోంచి దిగి గేటు తెరిచి తలుపుకున్న కాలింగ్‌బెల్ స్విచ్ మీద వేలు నొక్కిపెట్టి వుంచాడు.

రెండు నిముషాల తర్వాత తలుపు తెరుచుకుంది.

"ఎవరు? ఈ అర్ధరాత్రి ఏమిటీ గొడవ?" అడిగింది నలభై ఏళ్ళ స్త్రీ.

"డాక్టర్‌గారు వున్నారా?"

"నిద్రపోతున్నారు"

"లేపండి, త్వరగా. ఎమర్జన్సీ."

"లేపడానికి వీల్లేదు. ఆస్పత్రికి తీసికెళ్ళండి ఎమర్జెన్సీ అయితే" అన్నదామె.

"మీతో వాదిస్తూ నిలుచోడానికి వ్యవధి లేదు. త్వరగా డాక్టర్ని పిలవండి."

"ఏమిటయ్యా నీ దబాయింపు! అర్థరాత్రి వచ్చి గొడవ చేస్తావేం? వెళ్ళు" అని ఆమె తలుపు మూసెయ్యపోయింది.

రాజు తలుపు ముయ్యకుండా కాలు అడ్డంపెట్టి "దయచేసి డాక్టర్ని పిలవండి" అన్నాడు.

"ఏమిటీ దౌర్జన్యం? పోలీసులకి ఫోన్ చేస్తాను" అన్నదామె.

"దటీజ్ గుడ్. నేనూ పోలీసులకి ఫోన్ చెయ్యాలి. మీయింట్లో టెలిఫోన్ వున్నదన్న మాట. త్వరగా డాక్టర్ని పిలవండి. ఇది హత్యకేసు"అన్నాడురాజు.

"హత్యకేసా! అయితే అసలు వీల్లేదు. ఆస్పత్రికి వెళ్ళండి" అన్నదామె తలుపు ముయ్యడానికి ప్రయత్నిస్తూ.

రాజు యిక తాత్సారం చెయ్యదలుచుకోలేదు. డాక్టర్‌గారు నిద్రపోతున్నారని ఆమె చెప్పినప్పుడు తల పక్కకి తిప్పింది. దాన్నిబట్టి ఆమెభర్త వున్న గది రాజు గ్రహించి ఆ గది దగ్గిరికి పరిగెత్తుకు వెళ్ళి తలుపు దబదబ బాదాడు.

"ఏమండోయ్! ఎవడో రౌడీ!" కేకవేసింది ఆమె.

"ఏమిటి? ఏమిటి గొడవ?" అంటూ గది తలుపు తెరుచుకుని యాభైఏళ్ళ మనిషి బయటికి వచ్చాడు.

"మీరేనా డాక్టర్?"

"అవును. ఏమిటి?"

"ఎమర్జన్సీ కేస్..."

"ఎమర్జన్సీ అయితే మాత్రం అర్థరాత్రి యింట్లోకి వచ్చి యీ గొడవ ఏమిటి?"

"డాక్టర్! ప్లీజ్! మీకు ఎంత డబ్బు కావలసినా యిస్తాను. త్వరగా! పేషెంటు కారులో వున్నాడు. రండి!" అని డాక్టర్ చెయ్యిపట్టుకుని లాగాడు రాజు.

"ఏమిటి యీ రౌడీచేష్టలు! ఎవరు నువ్వు? ఏమిటి ఎమర్జన్సీ? ఎమర్జన్సీ అయితే ఆస్పత్రికి తీసికెళ్ళకుండా యిక్కడికి ఎందుకు తీసుకువచ్చావు?"

"మీ ప్రశ్నలకి సమాధానాలు తర్వాత చెపుతాను. త్వరగా రండి."

"నాన్సెన్స్. ముందు చెప్పు."

రాజుకి సహనం పోయింది. జేబులోంచి పిస్తోలు తీశాడు. "డాక్టర్! త్వరగా! లేదా కాల్చేస్తాను" అన్నాడు. డాక్టర్ రాజునీ, పిస్తోలునీ చూసి బెదిరిపోయి "అదేమిటి? ఎవరు నువ్వు?" అన్నాడు.

"మీరు వెంటనే వచ్చి రోగిని పరీక్ష చేసి చికిత్స చెయ్యకుండా యింకోమాట మాట్లాడారా కాల్చేస్తాను" అన్నాడు రాజు కోపంగా.

"ఆల్‌రైట్! ఆ పిస్తోలు దింపు. పొరపాటున ఏమైనా జరగవచ్చు" అని భార్యని చూసి "నా బాగ్ తీసుకురా" అన్నాడు.

రాజు డాక్టర్ని వెంటపెట్టుకుని కారు దగ్గిరికి వెళ్ళాడు. కారులో లైట్ వెలిగించగానే డాక్టర్ వెనుకసీటులో పడుకున్న యుగంధర్ని చూసి "వాట్ యీజ్ దిస్! రైలుకింద పడ్డాడా యీ మనిషి?" అడిగాడు.

"ఊహు! పిస్తోలుతో కాల్చబడ్డాడు."

"ఇక్కడ యీ కారులో ఏం చేస్తాను? లోపలికి తీసుకురావాలి."

"తీసికెళదాం. సహాయం చెయ్యండి."

డాక్టర్ రాజుని ఎగాదిగా చూసి భుజాలు చరిచి యుగంధర్ రెండు కాళ్ళనీ పట్టుకున్నాడు. రాజు యుగంధర్ భుజాలు పట్టుకున్నాడు. లోపలికి తీసికెళ్ళారు.

డాక్టర్ భార్య రాజుని వురిమి చూస్తోంది. క్లినిక్‌లోకి తీసికెళ్ళి బల్లమీద పడుకోపెట్టారు యుగంధర్ని. డాక్టర్ యాంటీసెప్టిక్ సొల్యూషన్‌తో యుగంధర్ మొహం మీది రక్తం తుడిచాడు.

"యస్. కణత దగ్గిర ఎముక చిట్లి లోపలికి గుచ్చుకుంది. గుండు లోపలికి వెళ్ళలేదు" అని క్షణం ఆగి "వెంటనే ఆపరేట్ చెయ్యాలి. ఆలస్యం చెయ్యకూడదు" అన్నాడు డాక్టర్.

"మీరు యీ ఆపరేషన్ చెయ్యగలరా?" అడిగాడు రాజు.

"చెయ్యలేను. ఎక్స్‌పర్ట్ సర్జన్, అందులోనూ న్యూరోసర్జన్ చెయ్యవలసిన ఆపరేషన్ యిది."

"థాంక్యూ డాక్టర్! మీ టెలిఫోన్ ఎక్కడున్నదో చెపితే నేను అంబులెన్స్‌కి ఏర్పాటు చేసి యీయన్ని జనరల్ ఆస్పత్రికి తీసికెళతాను."

"అదుగో, అక్కడ వున్నది టెలిఫోన్."

రాజు టెలిఫోన్ తీసి పోలీస్ కమిషనర్ నెంబర్ తిప్పాడు. క్లుప్తంగా జరిగింది చెప్పి "వెంటనే అంబులెన్స్ పంపించే ఏర్పాటు చెయ్యాలి. అంతేకాదు,

న్యూరోసర్జన్ని ఎమర్జన్సీ ఆపరేషన్ చెయ్యడానికి ఆస్పత్రికి పంపించాలి" అని టెలిఫోన్ పెట్టేశాడు.

రాజు టెలిఫోన్ పెట్టాడోలేదో కీచుమంటూ శబ్దం చేస్తూ యింటిబయట కారు ఆగింది. రాజూ, డాక్టరూ కిటికీలోంచి చూశారు. ఆరుగురు పోలీస్ కానిస్టేబుల్స్, ఒక సార్జంటు జీపులోంచి పరుగెత్తుకుంటూ వచ్చారు తలుపు దగ్గిరికి.

"డాక్టర్ శ్రీనివాసన్!" కేకేశాడు సార్జంటు.

"ఆ" అన్నాడు డాక్టర్.

"మీ యింట్లో ఎవరో రౌడీ ప్రవేశించి పిస్తోలుతో బెదిరిస్తున్నాడని మీ భార్య టెలిఫోన్ చేశారు. ఏడీ ఆ రౌడీ?" అడిగాడు సార్జంటు.

డాక్టర్ భార్య ముందుకు వచ్చి "అవును. నేనే ఫోన్ చేశాను. ఇదుగో! ఇతనే..." అంటూ రాజుని చూపించింది.

"అవునవును. పిస్తోలుతో బెదిరించాడు" డాక్టర్ అంటున్నాడు.

"నా పేరు రాజు. నేను డిటెక్టివ్ యుగంధర్ అసిస్టెంట్ని. యుగంధర్కి పిస్తోలు గుండుదెబ్బ తగిలింది. ఇక్కడికి తీసుకువచ్చాను. రోగిని చూడడానికి డాక్టర్ బద్ధకించేటప్పటికి పిస్తోలుతో బెదిరించిన మాట అబద్ధం కాదు. ఇప్పుడే నేను పోలీస్ కమిషనర్కి టెలిఫోన్ చేశాను. పోలీస్ కమిషనరే స్వయంగా వస్తున్నారు. మీరు ముందు యీ రోడ్మీద పూనమల్లి వైపు ఒక మైలుదూరం వెళ్లండి. నెంబర్ 114 యిల్లు తర్వాత ఖాళీస్థలం వుంది. ఆ ఖాళీస్థలంలో ఒక కారున్నది. ఆ కారులో రెండు శవాలున్నాయి. ఉన్నత పోలీస్ అధికారులు వచ్చేటంతవరకు అక్కడ కాపలా వుండండి" అన్నాడు రాజు.

సార్జంటు అనుమానంగా రాజుని చూశాడు.

"మీకు నామీద అనుమానంగా వుంటే యిద్దరు కానిస్టేబుల్స్ని యిక్కడ కాపలా వుంచండి" చెప్పాడు రాజు.

"మీ మీద అనుమానమేమీ లేదు. మిమ్మల్ని గుర్తుపట్టాను. మీరు చెప్పిన స్థలం మా డివిజన్లోనిది కాదు."

"మీ డివిజన్ అయితేనేం కాకపోతేనేం? మీరు దర్యాప్తు చెయ్యడం లేదుగా! కాపలా వుంటారు అంతేగా! వెళ్ళండి. మీ మీదికి ఏ తప్పూ రాదు" అన్నాడు రాజు.

సార్జంటు తలవూపి జీపుకారు ఎక్కి వెళ్ళిపోయాడు.

"నిజంగా ఆ గాయపడిన మనిషి డిటెక్టివ్ యుగంధరా?" అడిగింది డాక్టర్ భార్య.

రాజు తలవూపాడు.

"క్షమించండి! ఫలానా అని మీరు ముందే చెపితే యింత గొడవ చేసేదాన్ని కాదు" అన్నదామె.

రాజు చిన్నగా నవ్వి, సిగిరెట్ వెలిగించి, డాక్టర్ వైపు తిరిగి "యుగంధర్ గారికి ప్రమాదమేమైనా వుందా?" అడిగాడు.

"లేదు. లేదనుకుంటాను" అన్నాడు డాక్టర్.

పదినిముషాలు గడిచాయి. ఆలోగా డాక్టర్ యుగంధర్‌కి ఏదో మందు యింజెక్టు చేసి వచ్చాడు. నిముషానికోసారి రాజు గదిలోకి వెళ్ళి యుగంధర్ని చూసి, మళ్ళీ గుమ్మం దగ్గిరికి వచ్చి వీధివంక చూస్తున్నాడు ఇంకా అంబులెన్స్ రాలేదేమని. అంతలో ముందు అంబులెన్స్, వెనక పోలీస్ డిపార్టుమెంట్ స్టేషన్ వ్యాన్ వచ్చి ఆగాయి. స్ట్రెచర్స్ తీసుకుని అంబులెన్స్ బేరర్స్ దిగారు. పోలీస్ వ్యాన్‌లోంచి కమిషనర్, ఏ.సి., ఇన్‌స్పెక్టర్ స్వరాజ్యరావు దిగారు.

"రాజూ! యుగంధర్ ఏరీ?" అడిగాడు కమిషనర్ ఆదుర్దాగా.

యుగంధర్ని స్ట్రెచర్‌మీద పడుకోబెట్టి అంబులెన్స్‌లో ఎక్కించారు. "హత్య జరిగినచోటికి వెళ్ళి కేసు ఛార్జీ తీసుకోండి. మేము క్రిజ్లర్‌లో ఆసుపత్రికి వెళతాము" చెప్పాడు కమీషనర్ స్వరాజ్యరావుకి.

4

మర్నాడు సాయంకాలానికిగాని యుగంధర్‌కి స్పృహ రాలేదు. ఒకసారి కళ్ళు తెరిచి తెల్లని గౌనులు వేసుకున్న నర్సులనీ, తెల్లని కోట్లు తొడుక్కున్న డాక్టర్లని చూసి మళ్ళీ కళ్ళు మూసుకున్నాడు. రాజు సంతోషంతో యుగంధర్

మంచం దగ్గిరికి జరిగాడు. డాక్టర్ రాజు భుజంమీద చెయ్యివేసి "ఇప్పుడు ఆయన్ని పలకరించకండి. ఇప్పుడే స్పృహ వస్తోంది" అన్నాడు.

అరగంట తర్వాత యుగంధర్ మళ్ళీ కళ్ళు తెరిచాడు. మంచినీళ్ళు కావాలని చెప్పాడు. నర్సు నాలుగు స్పూనులు గ్లూకోజ్ నీళ్ళు నోట్లో పోసింది.

"నేను యిక్కడికి వచ్చి ఎంతసేపయింది?" అడిగాడు. నర్సు డాక్టర్‌వైపు చూసింది.

"ఎలావుంది? బాధ ఏమైనా వుందా?" అడిగాడు డాక్టర్ యుగంధర్ని.

"కొద్దిగా... ఇక్కడ" అని తల చూపించాడు యుగంధర్.

డాక్టర్ యుగంధర్ నాడి, బ్లడ్‌ప్రెషర్ పరీక్ష చేసి "గుడ్! ఇంకొక వారం రోజుల్లో పూర్తిగా కోలుకుంటారు" అని రాజుని దగ్గిరికి రమ్మన్నాడు.

రాజుని చూడగానే యుగంధర్ చిన్నగా నవ్వి, "ఆ కుర్చీ యిలా దగ్గిరికి లాక్కుని ఏం జరిగిందో చెప్పు" అన్నాడు.

హంతకుడితో తను కలియబడిన విషయమూ, యుగంధర్ని ఆస్పత్రికి తీసుకురావడమూ వివరంగా చెప్పాడు రాజు.

"హంతకుడు తప్పించుకుపోయాడన్న మాట. హత్య చెయ్యబడిన ఆ యువతీ యువకులు ఎవరు?"

"ఇన్‌స్పెక్టర్ స్వరాజ్యరావు దర్యాప్తు చేస్తున్నాడు. నాకు తెలియదు. నేను ఆయన్ని మళ్ళీ కలుసుకోలేదు."

"ఇక్కడే యీ ఆస్పత్రిలోనే వున్నావన్న మాట నిన్నటినుంచీ. నేను కాదు, నువ్వు రోగిష్టిలా వున్నావు. మాసిన గెడ్డం, చెదిరిన జుట్టు, నలిగిన బట్టలు, నిద్రలేక ఎర్రబడి పీక్కుపోయిన కళ్ళు... వెళ్ళి ఇన్‌స్పెక్టర్ స్వరాజ్యరావుని రమ్మని టెలిఫోన్ చేసి నువ్వు యింటికి వెళ్లి విశ్రాంతి తీసుకో. నాకింకేం ఆపద లేదులే" అన్నాడు యుగంధర్.

రాజు వెళ్ళిపోయాడు. అరగంట తర్వాత స్వరాజ్యరావు వచ్చాడు.

"వెల్! వెల్! మీది చాలా మొండిప్రాణం యుగంధర్! అంత దగ్గిర్లో పిస్తోలు పేలితే యింకొకళ్ళకయితే తల అప్పుడే పగిలిపోయేది. అదృష్టం... గుండు, ఎముకకి రాసుకుని అవతలికి పోయింది" అన్నాడు స్వరాజ్యరావు.

"అవును. మొండిప్రాణం కనుకే యింతకాలం బతికివున్నాను. ఆ కేసు మీరు దర్యాప్తు చేస్తున్నారుటగా! వివరాలు చెప్పండి."

స్వరాజ్యరావు జేబులోంచి డైరీ తీసి "అప్పుడే రంగంలోకి దిగుతున్నారన్న మాట. కనీసం వారం రోజులయినా మీరు పక్కమీద వుండాలని డాక్టర్ చెప్పాడు" అన్నాడు.

యుగంధర్ నవ్వి "నేను పక్కమీదే వుంటానులెండి. చెప్పండి" అన్నాడు.

"ఆ మైదానంలో వున్న కారు నెంబర్ ఎం.ఎస్.పి.17272. ఆస్టిన్. ఎస్.వై.రంగనాథ్ అనే పేర్న రిజిష్టరు చెయ్యబడింది. ఇక కారులో హత్య చెయ్యబడిన యిద్దర్ని గురించి– అతని పేరు సుందర్. శ్రీరామ్ యింజనీరింగ్ వర్క్సులో సుందర్ పర్చేజింగ్ ఆఫీసర్. నెలకి మూడువందలు జీతం. మైలాపూర్లో, శివగ్రామణి వీధిలో నెంబరు 78 యింట్లో మేడమీద ఒంటిగా వుంటున్నాడు. అవివాహితుడు. వయస్సు యిరవై ఎనిమిది. బి.ఏ. పాసయ్యాడు. సొంతవూరు నెల్లూరు. అతని తండ్రి ఆ వూళ్ళో వకీలు. రెండేళ్ళనించీ సుందర్ యీ వూళ్లో అదే కంపెనీలో పనిచేస్తున్నాడు. అదే యింట్లో వుంటున్నాడు. ఆ యువతి పేరు వినయ. వయస్సు పద్ధెనిమిది. బి.ఎ. చదువుతోంది. ఆమె తండ్రి గవర్నమెంటు వుద్యోగి. రెవిన్యూ డిపార్టుమెంటులో సూపరింటెండెంట్. పేరు తనికాచలం. శివగ్రామణి వీధిలో నెంబర్ 198 యింట్లో వుంటున్నాడు. అంటే సుందర్ వున్న యింటికి ఎదురు యిల్లు. కనుక సుందర్‌కీ, వినయకీ స్నేహం అయింది. ఇద్దరూ రహస్యంగా కలుసుకునేవాళ్ళు. సుందర్ గదిలో పెట్టెలో వినయ రాసిన ఉత్తరాలు చాలా దొరికాయి. వాళ్ళిద్దరూ చాలాగాఢంగా ప్రేమించుకున్నారనీ, వివాహం చేసుకోవాలని అనుకున్నారనీ, వినయ తండ్రి తనికాచలం ఒప్పుకోనందువల్ల ఎవరికీ తెలియకుండా రహస్యంగా కలుసుకుంటున్నారనీ తెలిసింది. ఇక హత్య జరిగిన రోజు సాయంకాలం తను పని చేస్తున్న ఆఫీసులోనే పనిచేస్తున్న ఎస్.వై.రంగనాథ్ అనే అతన్ని అడిగి సుందర్ అతని ఆస్టిన్ కారు తీసుకున్నాడు. ముందు వినయతో ఏర్పాటు చేసుకునుండాలి. వినయ సుందర్ని మౌంట్‌రోడ్లో కలుసుకున్నది. అతనితో కారు ఎక్కింది. సాయంకాలం ఆరుగంటలకి వాళ్ళిద్దరూ ఆస్టిన్ కారులో వెళ్ళడం చూసిన ఒకరిద్దరు గుర్తుపట్టి చెప్పారు.

ఆ తర్వాత ఆ కారుని ఎవరూ చూసినట్లు లేరు. ప్రేమకలాపం సాగించేందుకు ఆ మైదానంలోకి వెళ్లి కారు ఆపి వుండాలి సుందర్. అక్కడే వాళ్లిద్దరూ హత్య చెయ్యబడ్డారు. పోస్టుమార్టమ్‌ని బట్టి ఆ రాత్రి తొమ్మిదీ, పదీ గంటల మధ్య యిద్దరూ ప్రాణలు విడిచి వుండాలని తేలింది. మీరు అక్కడికి పదీ ముప్పావుకి వెళ్ళి వుంటారని రాజు చెప్పాడు. వాళ్ళిద్దర్నీ హత్యచేసి హంతకకుడు మీకు టెలిఫోన్ చేసి వుండాలి. లేదా, మీకు టెలిఫోన్ చేసి హంతకుడు అక్కడికి వెళ్ళి వాళ్ళిద్దర్నీ హత్యచేసి వుండాలి" అన్నాడు స్వరాజ్యరావు.

యుగంధర్ రెండు నిముషాలు మౌనంగా వుండి "హత్యకి కారణం తెలిసిందా?" అడిగాడు.

"తెలియలేదు. వినయ తండ్రిని గురించి దర్యాప్తు చేశాను. తనమాట ధిక్కరించి ఆమె సుందర్‌ని కలుసుకుంటున్నందుకు ఆమె తండ్రికి ఆ యిద్దరిమీదా కోపం కలిగివుండవచ్చు. ఎంత కోపం వచ్చినా కన్నకూతుర్ని హత్యచెయ్యడం అసహజం. అయినా దర్యాప్తు చేశాను. వినయ తండ్రి తనికాచలం నిన్న సాయంకాలం అయిదుగంటలకి ఆఫీసునించి బయలుదేరి అయిదున్నరకి యింటికి వెళ్ళాడు. ఆరుగంటలకి యింటినించి బయలుదేరి ఆరుంపావుకి క్లబ్బుకి వెళ్ళాడు. రాత్రి పదిగంటలకి క్లబ్బునించి యింటికి వెళ్ళాడు. క్లబ్బులో అతనితో పేకాడిన తొమ్మిదిమంది సాక్ష్యం వున్నారు. కనుక యీ హత్యలకీ, వినయ తండ్రికి ఏమీ సంబంధం లేదు" అని స్వరాజ్యరావు యుగంధర్ని పరీక్షగా చూసి "మీరు అలిసిపోయారేమో! తర్వాత మాట్లాడుకుందాం..." అన్నాడు.

"లేదు. ఆలోచిస్తున్నాను. ఊ! ఇంకా మీ దర్యాప్తు వివరాలు చెప్పండి."

"హంతకుడికి వినయ మీదా, సుందర్ మీదా ద్వేషం వుండి వుండాలి. అంటే ప్రేమ కారణం అయివుండాలి. వినయని ప్రేమించి వంచింపబడ్డ యువకుడో, సుందర్‌ని ప్రేమించి వంచింపబడ్డ యువతో అయ్యుండాలి. సుందర్‌ని ప్రేమించిన స్త్రీకి ఆప్తమిత్రుడో, ఆప్తబంధువో కూడా అయ్యుండవచ్చు. ఈ విధంగా ఆలోచించి దర్యాప్తు సాగించాను."

"ఏం తేలింది?"

"వినయకి యింతకుముందు ప్రియులు ఎవరూ లేరనీ, ఆమె మొదటి ప్రేమకలాపం యిదేననీ తేలింది."

"మద్రాసు వచ్చిన తర్వాత సుందర్‌కి వినయతోనేనా స్నేహం" అని యుగంధర్ నవ్వి "ఇన్‌స్పెక్టర్! అసలు సూచన వదిలేశారు. హంతకుడికి సుందర్, వినయ మీదే కాక నామీద కూడా కసి వుండి వుండాలి. నన్ను హత్య చెయ్యడానికి పూనుకున్నాడు కనుక నాకూ హత్య చెయ్యబడ్డ యువతీ, యువకులకీ ఏదో సంబంధం వుండాలి కదా?" అన్నాడు.

"అవును. ఆ విషయమూ ఆలోచించాను. కాని అటువంటి సంబంధం ఏమీ కనిపించలేదు. వాళ్ళిద్దరూ మీ క్లయింట్లు కారు."

"అయినా ఏదో సంబంధం వుండి వుంటుంది. విచారించాలి" అని యుగంధర్ కళ్లు మూసుకున్నాడు.

ఇన్‌స్పెక్టర్ని ఇక వెళ్ళమని డాక్టర్ సంజ్ఞ చేశాడు. చప్పుడు చెయ్యకుండా స్వరాజ్యరావు అక్కణ్ణించి వెళ్ళిపోయాడు.

5

"తప్పించుకుపోయావు. అయినా చావు తప్పదు" రెండురోజుల తర్వాత యుగంధర్‌కి పోస్టులో ఉత్తరం వచ్చింది. రాజు చదివి ఆ ఉత్తరం ఆస్పత్రికి తీసుకువెళ్ళాడు.

"గుడ్!" అన్నాడు యుగంధర్.

"ఎందుకు గుడ్?" అడిగాడు రాజు.

"ఇంకా నన్ను హత్య చెయ్యాలనే ఆలోచన మానుకోలేదు. అందువల్ల అతన్ని పట్టుకునేందుకు మనకి యింకా అవకాశం వుంది"

"మీరింకా పదిరోజుల వరకూ పక్కమీదనించి కదలకూడదు" రాజు నవ్వుతూ చెప్పాడు.

"అవును. నా గది బయట ఇన్‌స్పెక్టర్ స్వరాజ్యరావు మఫ్టీలో వున్న ఇద్దరు కానిస్టేబుల్స్‌ని కాపలా పెట్టాడనీ తెలుసు."

"ఎలా తెలుసు? మీరు పక్కమీదనించి లేచారా?"

"ఇన్‌స్పెక్టర్ స్వరాజ్యరావు నన్ను చూడడానికి వచ్చినపుడల్లా గది బయట ఆ ఇద్దరు పోలీస్ ఉద్యోగులు చటుక్కున లేచి నిలుచుంటారు. అప్పుడు వాళ్ళ బూట్సులు చప్పుడు అవుతాయి. దాన్నిబట్టి గ్రహించాను."

"థ్యాంక్‌గాడ్! తలమీద దెబ్బ తగలడం వల్ల మీ మెదడుకి ఏమైనా జరుగుతుందేమోనని భయపడ్డాను. ఇప్పుడు దర్యాప్తు ఎలా మొదలుపెట్ట మంటారు?"

"హత్య చెయ్యబడ్డ సుందర్ వినయలకీ, మనకీ ఏదో సంబంధం వున్నదను కుంటాను. ఆ విషయం ఆరా తియ్యి."

"స్వరాజ్యరావు దర్యాప్తు చేసి లేదన్నారు."

"ఏదో సంబంధం వుండి వుంటుంది. లేకపోతే ఆ ఇద్దర్నీ, నన్నూ హత్య చెయ్యడానికి ఎందుకు పూనుకుంటాడు?"

"వాళ్ళిద్దరి మీదా ఏ కారణంవల్లో ద్వేషం వుండి వుంటుంది. ముగ్గుర్నీ ఒకేసారి హత్యచేస్తే పని సులభంగా అవుతుందని అనుకున్నాడేమో!"

యుగంధర్ తల విదిలించి "రాజూ! ఒక మనిషి యింకోమనిషిని చంపాలంటే ఎంతో ప్రోద్బలమూ, ఎంతో ద్వేషమూ లేదా ఏదో పెద్ద లాభమూ వుండాలి. వినయ విషయం మనకి అంతా తెలుసు. సుందర్ విషయమే పూర్తిగా తెలియదు. కనుక నువ్వు సుందర్ గురించి దర్యాప్తు చెయ్యి" అన్నాడు యుగంధర్.

6

పారిస్ కార్నర్లో వున్న ఓ మూడు అంతస్తుల మేడ గోడకి తగిలించి వున్న బోర్డుమీద శ్రీరామ్ యింజనీరింగ్ వర్క్సు పేరు కనిపించింది. రాజు లోపలికి వెళ్ళి, రిసెప్షన్ గుమాస్తాకి తన విజిటింగ్ కార్డు యిచ్చి జనరల్ మేనేజర్ని కలుసుకోవాలన్నాడు.

పదిహేను నిముషాల తర్వాత రాజుని లోపలికి వెళ్ళమని చెప్పింది ఆమె. ఏర్‌కండిషన్డ్ గది. గదిమధ్య పెద్దబల్ల. దాని వెనక కుర్చీలో కూర్చునున్న ఓ యాభై ఏళ్ళ మనిషి "కూర్చోండి" అన్నాడు రాజుని చూసి.

"మిమ్మల్ని బిజీ టైంలో డిస్టర్బ్ చేస్తున్నందుకు క్షమించండి. నేను డిటెక్టివ్ యుగంధర్ అసిస్టెంటు రాజుని."

"అలాగా! విజిటింగ్ కార్డులో ఆ విషయం లేదేం?"

రాజు నవ్వి "డిటెక్టివ్ అనగానే కొంతమంది చూడడానికి వీల్లేదని అంటారు. అందుకని డిటెక్టివ్‌నని విజిటింగ్ కార్డుమీద లేదు."

"మీరు వచ్చిన పని?"

"మీ కంపెనీలో పర్చేజింగ్ ఆఫీసర్‌గా పనిచేసిన సుందర్ అనే అతను హత్య చెయ్యబడ్డాడు."

"తెలుసు."

"అతన్ని గురించి కొన్ని విషయాలు తెలుసుకునేందుకు వచ్చాను."

"పోలీసులు యిప్పటికి నాలుగుసార్లు వచ్చారు. మా ఆఫీసులో అందర్నీ రకరకాల ప్రశ్నలు అడిగివెళ్ళారు. ఇంకా మీరేం తెలుసుకోవాలి?"

"సుందర్ మీ కంపెనీలో చేరి ఎన్నాళ్ళయింది?"

"రెండేళ్ళు."

"అతనికి యీ ఉద్యోగం ఎలా దొరికింది?"

"మేము అడ్వర్టయిజ్ చేసివుంటాము. అతను అప్లయి చేసివుంటాడు."

"ఆ విషయం మీకు నిశ్చయంగా తెలుసా? మీ కంపెనీలో చేరకముందు ఎక్కడ పనిచేశాడు?"

జనరల్ మేనేజర్ విసుగ్గా రాజుని చూసి "సారీ! నేను రెండేళ్ళక్రితం వర్క్సు మేనేజర్‌గా గిండీ వర్కుషాపులో వుండేవాణ్ణి. మీరు అడిగే ప్రశ్నలకి జవాబులు నేను చెప్పలేను. అతన్ని గురించిన ఫైలు తెప్పిస్తాను" అని బెల్ నొక్కాడు. సెక్రటరీ లోపలికి వచ్చింది.

"మీనా! సుందర్ గురించిన ఫైలు పర్సనల్ రికార్డులలో వుంటుంది. తీసుకురా!" అన్నాడు.

"యస్ సార్!" అని ఆమె వెళ్ళిపోయి పది నిముషాల తర్వాత ఒక ఫైలు తీసుకువచ్చింది. జనరల్ మేనేజర్ కాగితాలు తిరగేసి "యస్. ఇదే మిస్టర్‌రాజూ! సుందర్‌ని గురించిన వివరాలు యీ ఫైలులో వున్నాయి. మీరు నా సెక్రటరీ గదిలో కూర్చుని తీరిగ్గా చదివి, ఫైలు ఆమెకివ్వండి" అన్నాడు.

"థాంక్యూ" అని రాజు లేచి మీనా వెనకే వెళ్ళాడు.

జనరల్ మేనేజర్ గదికి పక్కన వున్న చిన్నగదిలోకి తీసికెళ్ళింది మీనా రాజుని.

"ఇక్కడ కూర్చోండి' అని ఫ్యాన్ స్విచ్ తిప్పి, "మీకా ఫైలుతో పని అయిపోయిన తర్వాత నాకు యిచ్చెయ్యండి" అన్నది.

రాజు ఫైలు చూశాడు. మొదట సుందర్ అప్లికేషన్ వుంది. తను బి.ఎ. పాసయ్యాననీ, ఇరవై మూడేళ్ళనీ, కోయంబత్తూరులో ఒక టీ కంపెనీలో ఆఫీసు అసిస్టెంటుగా యేడాది పని చేశాననీ, తనకి ఉద్యోగం యిప్పించవలసిందనీ రాశాడు.

ఆ ఉత్తరం క్రింద పర్చేజింగ్ ఆఫీసర్‌గా అప్పాయింట్ చేయమని ఎర్రసిరాతో రాసి వుంది. బహుశా జనరల్ మేనేజర్ రాసివుండాలని అనుకున్నాడు రాజు. తర్వాత సుందర్ బి.ఎ. సర్టిఫికేట్ కాఫీ,టీ కంపెనీ మేనేజర్ యిచ్చిన టెస్టిమోనియల్ వున్నాయి. తర్వాత జనరల్ మేనేజర్‌కి శివసుబ్రహ్మణ్యం అనే ఆయన రాసిన ఉత్తరం వుంది.

"ఈ ఉత్తరం తీసుకుని మీ దగ్గిరికి వచ్చే యువకుడికి మీ కంపెనీలో ఏదో ఓ ఉద్యోగం యివ్వమని ప్రార్థిస్తున్నాను.

మిత్రుడు,

శివసుబ్రహ్మణ్యం."

శివసుబ్రహ్మణ్యం చిరునామా రాజు డైరీలో రాసుకున్నాడు. టీ కంపెనీ అడ్రసుకూడా రాసుకుని ఫైలు మీనా బల్లమీద పెట్టి "థాంక్సు! నేను మీ జనరల్ మేనేజర్ని మళ్ళీ కలుసుకోవలసిన అవసరం లేదు. వస్తాను" అన్నాడు.

"సుందరాన్ని ఎవరు హత్య చేసిందీ తెలిసిందా?" అడిగిందామె.

"ఇంకా లేదు. తెలుస్తుంది. మీకు సుందర్‌తో బాగా పరిచయముందా?" అడిగాడు రాజు.

ఆమె చిన్నగా నవ్వి "ఒకే ఆఫీసులో పనిచేస్తున్నాంగా! ఎందుకుండదు?" అన్నది.

"మనిషి ఎటువంటివాడు?"

"చెడ్డవాడు."

రాజు ఆశ్చర్యంతో ఆమెని చూశాడు. సామాన్యంగా చనిపోయిన వాళ్ళ గురించి ఎవరూ చెడ్డగా మాట్లాడరు. "చెడ్డవాడు అంటే... ఎటువంటి చెడ్డతనం?" అడిగాడు.

ఆమె జవాబు చెప్పేలోగా బెల్ మోగింది.

"మేనేజర్ పిలుస్తున్నారు" అని ఆమె వెళ్ళిపోయింది. రాజు అరగంట కూర్చున్నాడు. ఆమె తిరిగిరాలేదు. ఆమెని తర్వాత కలుసుకోవచ్చునని రాజు అక్కణ్నించి బయలుదేరాడు.

✤ ✤ ✤

సాయంకాలం అయిదు గంటలకి రాజు పారిస్ కార్నర్లో కారు ఆపాడు. శ్రీరామ్ యింజనీరింగ్ వర్క్సులోంచి ఉద్యోగులు ఒక్కొక్కరే బయటికి వస్తున్నారు. మీనా రావడం చూసి రాజు కారు దిగాడు.

"హల్లో!"

"హల్లో! మీరా?"

"ఇందాక మన సంభాషణ చటుక్కున ఆగిపోయింది.

"అవును."

"మీకు అభ్యంతరం లేకపోతే కారు ఎక్కండి. అలా బీచ్ రెస్టారెంట్కి వెళ్ళి కాఫీ తాగుదాం."

మీనా సందేహించింది.

"ప్లీజ్! పోలీసు వాళ్లు వచ్చి మిమ్మల్ని ప్రశ్నించడంకన్నా యిదే మంచిది" అన్నాడు రాజు.

"పోలీసులు ఎందుకు వస్తారు?"

రాజు నవ్వి "సుందర్ని గురించి అడిగేందుకు. రండి" అని కారు తలుపు తెరిచాడు. హైకోర్టు పక్కనించి ఫోర్టు స్టేషన్ ముందునించి బీచ్రోడ్కి వెళ్ళేంత వరకూ రాజు ఆమెని ఏమీ అడగలేదు.

"ఏమిటి మీరు అడగదలచిన ప్రశ్నలు?" అన్నదామె.

"సుందర్ చెడ్డవాడని చెప్పారు. ఎటువంటి చెడ్డవాడు అని అడిగాను.మీరు జవాబు చెప్పేలోగా మీ బాస్ పిలిచాడు."

ఆమె తలవూపింది.

"సుందర్ చెడ్డవాడని మీకెలా తెలుసు?" అడిగాడు రాజు.

ఆమె ఇబ్బందిగా రాజుని చూసి "ఇప్పుడెందుకు అదంతా?" అన్నది.

"సుందర్ చెడ్డవాడే అయుండవచ్చు. అయినా అతన్ని హత్య చెయ్యడానికి ఎవరికీ హక్కులేదు. అతన్ని హత్య చేసింది ఎవరో తెలుసుకోవాలంటే అతన్ని గురించి తెలుసుకోవాలి. కేసు విచారణలో అవసరమైతే తప్ప మీరు చెప్పే విషయాలు ఎవరికీ చెప్పను. మాట యిస్తున్నాను."

"ఆల్‌రైట్! కారు ఓ పక్కగా ఆపండి. చెపుతాను" అన్నది ఆమె. రాజు పేవ్‌మెంట్ పక్కగా కారు ఆపి సిగిరెట్ వెలిగించాడు.

"సుందర్, నేనూ దాదాపు ఒక సంవత్సరంగా మాట్లాడుకోవడం లేదు" అన్నది ఆమె.

"ఒకరితో ఒకరు మాట్లాడుకోకుండా ఆఫీసులో పని సాగేదా?"

"నేను జనరల్ మేనేజర్ సెక్రటరీని. నాకు అతనితో పని ఏం వుండేదికాదు. ఎప్పుడయినా సుందర్ని పిలవమని బాస్ చెపితే ఆఫీస్‌బాయ్‌చేత కబురు పంపేదాన్ని."

"మాటలు లేనంత తగాదా వచ్చిందా?"

"తగాదా కాదు, అతని వైఖరి... అతని..." మీనా ఏడ్వడం ప్రారంభించింది.

ఆమె ఎందుకు ఏడుస్తున్నదో రాజుకి తెలియలేదు. ఆమెకి జరిగిన అవమానం తలుచుకునా? సుందర్‌ని తలుచుకునా?

అయిదు నిముషాల తర్వాత ఆమె కళ్ళు తుడుచుకుని "ఐయామ్ సారీ!" అని "సుందర్ చాలా అందంగా వుంటాడు. కులాసాగా మాట్లాడగలడు. నవ్వించగలడు. అతను మా ఆఫీసులో చేరిన వారంరోజులకే అతనికీ నాకూ స్నేహం అయింది. సాయంకాలం ఆఫీసునించి బయలుదేరిన తర్వాత యిద్దరం అలా బీచ్‌కి వెళ్ళి కాసేపు కబుర్లు చెప్పుకుని యిళ్ళకి వెళ్ళేవాళ్ళం. ఎంతో మర్యాదగా, గౌరవంగా ప్రవర్తించేవాడు! పొరపాటునన్నా లేకిచూపులు చూసేవాడు కాదు. నెలరోజుల తర్వాత మా యింటికి తీసికెళ్ళి మా నాన్నగారికి పరిచయం చేశాను. నాన్నగారికి కూడా అతనంటే మంచి అభిప్రాయం కలిగింది. నెలరోజుల్లోపున అతనంటే పిచ్చిప్రేమలో పడ్డాను. అతనంటే నాకు పిచ్చిప్రేమ అని అతనికీ తెలిసింది. శని, ఆదివారాలు పిక్నిక్‌కి వెళ్ళేవాళ్ళం. అతనికి ఒకసారి జ్వరంవస్తే మాయింటికి తీసుకువెళ్ళి డాక్టర్‌ని పిలిపించి, నాలుగురోజులు ఆఫీసుకి సెలవుపెట్టి ఉపచర్యలు చేశాను. అలా ఒక

ఆరునెలలు గడిచిపోయాయి. ఆ ఆరునెలల్లో అతను ఏనాడూ అసభ్యంగా ప్రవర్తించలేదు. నన్ను చులకనగా చూడలేదు. కాని మా నాన్నగారి ఆస్తి గురించీ, ఆ ఆస్తి ఎవరికి దక్కుతుందనీ ఒకసారి అడిగాడు. మైలాపూర్లో ఒక యిల్లున్నది మాకు. మా నాన్న యిరవై వేలకి ఇన్సూర్ చేశాడు. నాకో తమ్ముడున్నాడు. ఇంటిలో సగం భాగం నాకు వస్తుంది. ఇన్సూరెన్సు డబ్బు తమ్ముడికి వస్తుంది అని చెప్పాను. అతను అలాగా అని వూరుకున్నాడు. ఆ మర్నాడు సాయంకాలం తన యింటికి రమ్మన్నాడు ఆఫీసునుంచి బయలుదేరగానే. ఆడదాన్ని ఒంటరిగా యింకో మొగాడి యింటికి... అవివాహితుడి యింటికి వెళ్ళడం తప్పని నాకుతెలుసు. అయినా అతనిమీద నాకున్న ప్రేమ, గౌరవం అతని నడవడిలో నాకు గల నమ్మకం వల్ల సరేనన్నాను. మేడమీద రెండు గదులున్నాయి. ఒకచిన్న నీళ్ళగది. ఒక గదిలో కుర్చీలు, బల్లలు, తివాసీ. రెండవ గదిలో మంచం, పుస్తకాల అలమారు, చిన్న బీరువా. చాలా శుభ్రంగా అందంగా పెట్టుకున్నాడు యిల్లు. పదినిముషాలు హాల్లో కూర్చున్నాం. తర్వాత లోపల గదిలోకి వెళదాం అన్నాడు. ఒక పక్కన భయంవున్నా యింకోపక్కన ఆశ, ఆత్రుతా నన్ను ముందుకు తోశాయి. గదిలోకి వెళ్ళగానే అతను నన్ను కావలించుకు..." మీనా మాటలు ఆపేసి కళ్ళు మూసుకుంది. అయిదు నిముషాలు మౌనంగా వుండిపోయింది. "వివేకం తప్పనీ, వొద్దనీ చెపుతున్నా అతని ఆకర్షణకి లొంగిపోయాను. అతనికి నా శరీరం వొప్పజెప్పేశాను. బాగా చీకటి పడిన తరవాత అక్కణ్ణించి బయలుదేరాను. ఆవేళనించి ప్రతిరోజూ సాయంకాలం ఆఫీసునించి అతనితో అతనింటికి వెళ్ళేదాన్ని. ఏ ఒక్కరోజు, ఎన్నడూ పొరపాటునైనా ప్రేమ అనే మాటకాని, పెళ్ళి అనే మాటకాని అతని నోటివెంట రాలేదు. నేను ప్రస్తావించకుండా అతనే పెళ్లి విషయం ప్రస్తావిస్తాడని ఎంతో ఆశించాను. ఉహూ! అతనికి పెళ్ళి అంటే ఏమిటో తెలియనట్లు ప్రవర్తించేవాడు. నేనే ఒకరోజున అడిగేశాను. విరగబడి నవ్వాడు. పెళ్ళి ఎందుకు అన్నాడు. పెళ్ళి అనేది లేకుండా యిద్దరమూ సుఖించడానికి అవకాశం వుండగా యింకా ఆ తతంగం దేనికి అన్నాడు. ఎంతో బతిమాలాను. ఇలా ఎన్నాళ్ళో సాగదనీ, పెళ్ళి చేసుకోకుండా రహస్యంగా అతనితో వుండటం చాలా నీచంగా వుందనీ

చెప్పాను. పెళ్ళి చేసుకోవడానికి అభ్యంతరం ఏమిటని అడిగాను. డబ్బు అన్నాడు. బాగా డబ్బున్న యువతిని తప్ప యింకెవర్నీ పెళ్ళి చేసుకోనన్నాడు. నాకు చాలా కోపం వచ్చింది. నాకు అంత డబ్బు లేదని తెలిసీ ఎందుకు నన్ను... అని అడిగితే మళ్ళీ నవ్వి "పెళ్ళి చేసుకుంటానని పొరపాటునైనా అనలేదే" అన్నాడు. అంతే! అతనితో ఇక మాట్లాడలేదు" చెప్పింది మీనా.

"సారీ! గతం అంతా కెలికి మీ మనస్సు పాడుచేశాను" అని రాజు కారు స్టార్టు చేశాడు.

"టెలిఫోన్‌లో అతనెవరో చెప్పిన విషయం నేను ఆనాడే నమ్మివుంటే..." అన్నది మీనా.

"ఎవరు? ఏమి చెప్పారు?" అడిగాడు రాజు.

"సుందర్‌తో నేను తిరగడం మొదలుపెట్టిన నాలుగురోజులకి ఎవరో నాకు ఆఫీస్‌కి టెలిఫోన్ చేశారు. రిసీవర్ తీసుకోగానే 'నేనెవరో నీకు తెలియదు కాని నేను నీ శ్రేయోభిలాషిని. ఆ సుందర్ దుర్మార్గుడు... వాడితో స్నేహం చెయ్యక. తర్వాత చింతిస్తావు' అని టెలిఫోన్ పెట్టేశాడు. రెండురోజుల తర్వాత మళ్ళీ టెలిఫోన్ చేసి నా హితవు నీకు నచ్చలేదు. అనుభవిస్తావు అన్నాడు. అప్పుడే అతని మాట వినివుంటే..."

రాజు మీనాని ఆమె యింటి దగ్గిర దింపేసి తిన్నగా ఆస్పత్రికి వెళ్ళాడు. మీనా చెప్పిన విషయాలు శ్రీరామ్ యింజనీరింగ్ కంపెనీలో తెలుసుకున్న విషయాలూ యుగంధర్‌కి చెప్పాడు.

"సుందర్ గురించి యింకా తెలుసుకోవాలి రాజూ! కోయంబత్తూర్ వెళ్లి దర్యాప్తు చెయ్యాలి. బహుశా హంతకుడికీ, సుందర్‌కీ కోయంబత్తూర్‌లోనే పరిచయం వుండివుండాలి. సుందర్‌కి మీనాతో పరిచయం అయ్యేముందే హంతకుడికి సుందర్‌మీద ద్వేషం ఏర్పడిందని అనుకోవచ్చు"

"నాకు ఒక విషయం అర్థంకావడం లేదు. హంతకుడు వినయని ఎందుకు హత్య చేశాడు?" అన్నాడు రాజు.

"అది తర్వాత విషయం. హంతకుడికి నామీద కూడా కసి వున్నది మర్చిపోక. అదీ కనుక్కోవాలిగా!" అన్నాడు యుగంధర్.

7

యుగంధర్ లేచి తిరగడానికి యింకా పదిరోజులు పడుతుందనీ ఆ తర్వాత కూడా కొంతకాలం విశ్రాంతి తీసుకోవాలనీ డాక్టర్ చెప్పడం వల్ల రాజు యీ కేసు దర్యాప్తు బాధ్యత అంతా తానే తీసుకున్నాడు. యుగంధర్‌కి శ్రమ యివ్వకుండా తనే కేసు పూర్తి చెయ్యాలనే దృఢసంకల్పంతో ఆ రాత్రే క్రిజ్లర్ కారులో కోయంబత్తూరు బయలుదేరాడు. దోవలో ఎక్కడా ఆగకుండా మూడువందల మైళ్ళూ వెళ్ళాడు. తెల తెలవారుతుండగా కోయంబత్తూరు చేరుకొని హిల్‌సైడ్ హోటల్లో దిగాడు.

తొమ్మిది గంటలకల్లా బయలుదేరి సుందర్ పనిచేసిన టీ కంపెనీ ఆఫీసుకి వెళ్ళాడు.

“రెండేళ్ళక్రితం మీ కంపెనీలో ఆఫీసు అసిస్టెంటుగా పనిచేసిన సుందర్ గురించి తెలుసుకోవడానికి వచ్చాను” చెప్పాడు మేనేజర్‌తో.

“ఏం తెలుసుకోవడానికి వచ్చారు?”

“ఇక్కడ ఉద్యోగం ఎందుకు మానేశాడు?”

“జీతం చాలక అనుకుంటాను. వేరే మంచి ఉద్యోగం దొరకడం వల్లనేమో! కారణం తెలియదు. రాజీనామా యిచ్చి వెళ్ళిపోయాడు.”

ఆ కంపెనీ మేనేజర్ వైఖరి చూసి తనతో సహకరించ దలుచుకోలేదని రాజు గ్రహించాడు. “మీరెంత జీతం యిచ్చేవారు అతనికి?” అడిగాడు.

“రెండు వందలు.”

“ఆఫీసులోనేనా పని ఫీల్డు వర్కు వుండేదా?”

“ఎప్పుడయినా ఎస్టేట్సుకి పంపేవాళ్లం.”

“మనిషి ఎలాటివాడు? శ్రద్ధగా పనిచేసేవాడా?”

“ఆఁ!”

రాజు మేనేజర్ని సూటిగా కళ్ళల్లోకి చూసి “హత్యకేసు దర్యాప్తు చేస్తున్నాము. సుందర్ హత్య చేయబడ్డాడు. హంతకుణ్ణి పట్టుకోవాలంటే అతని గతం అంతా తెలియాలి. ఈ వూళ్లో మీ కంపెనీలో ఉద్యోగం చేస్తున్నప్పుడే సుందర్‌కి ఎవరితోనో విరోధం ఏర్పడిందని తెలుస్తోంది. కనక దయచేసి అతన్ని గురించి మీకు తెలిసిన విషయాలు చెప్పండి” అన్నాడు.

మేనేజర్ రాజుని పరీక్షగా చూసి "మిష్టర్! మీరు అనవసరంగా నాకేమో తెలుసననీ, నేను దాస్తున్నాననీ అపోహ పడుతున్నారు. సుందర్ యీ ఆఫీసులో అసిస్టెంటుగా పనిచేశాడు. నాకు అతన్ని గురించి అంతే తెలుసు" అన్నాడు.

"అతనికి యీ ఆఫీసులో ఎవరితో బాగా స్నేహం వుండేది? ఎవరు అతన్ని గురించి చెప్పగలరు?" అడిగాడు రాజు.

"మా చీఫ్ అక్కౌంటెంట్ దొరస్వామితో స్నేహంగా వుండేవాడు."

"థాంక్యూ. ఆయన్ని కలుసుకుంటాను" అని రాజు లేచాడు.

హాల్లో ఒక మూల పెద్ద బల్ల వుంది. ఆ బల్ల వెనక కూర్చున్న యాభైఏళ్ళ మనిషే చీఫ్ అక్కౌంటెంటని ఆఫీస్‌బాయ్ చెప్పాడు. రాజు తనని తను పరిచయం చేసుకుని తను వచ్చిన పని చెప్పాడు. చీఫ్ అక్కౌంటెంటు నవ్వి "పత్రికలో చదివాను ఎవరో ఒక యువతి, యువకుడు హత్య చేయబడ్డారని. పేర్లు వేయలేదు. సుందర్ అన్నమాట! అతనికి చెపుతూనే వున్నాను ఎవరో హత్య చేస్తారని. మీకు సుందర్ అంటే చాలా యిష్టం వుండి వుండాలి బతికి వుండగానే కాక చనిపోయిన తర్వాత కూడా అతని తరపున యింత శ్రమ పడడానికి" అన్నాడు.

రాజు ఆశ్చర్యంతో దొరస్వామిని చూసి "మీరంటున్నది నాకు అర్థం కావడంలేదు. మీరన్నదాన్ని బట్టి సుందర్‌కి యిదివరలో ఎప్పుడో మేము సహాయం చేశామని స్ఫురిస్తోంది" అన్నాడు.

"అవును. మీ సహాయం లేకపోతే రెండేళ్ళక్రితమే అతను ఉరికంబం ఎక్కేవాడు."

"క్షమించాలి. ఇంకా నాకు జ్ఞాపకం రావడంలేదు. ఏ సందర్భంలో మేము అతనికి సహాయపడి ఉరికంబంనించి తప్పించామో మీకు తెలిస్తే చెప్పండి."

"రెండేళ్లక్రితం ఊటీలో జరిగిందది. సుందర్ ఎవరో ఒక యువతిని తీసుకుని ఊటీకి వెళ్ళాడు. ఆ యువతీ, సుందర్ షికారుకి వెళ్ళారుట. స్కేటింగ్‌కి వెళ్ళారేమో నాకు సరిగా తెలియదు. ఆ యువతి ఒక అగాధంలో పడి చనిపోయింది. పోలీసులు వచ్చి శవాన్ని పైకి తీసి, పరీక్ష చేసి సుందర్ ఆమెని కిందికి తోశాడని అనుమానపడ్డారుట. ఆ సమయంలో యుగంధర్ ఆక్సిడెంట్ జరిగిన స్థలంలో ఊటీలో వున్నారుట. సుందర్ ఆమెని కావలసి

అగాధంలోకి తోయలేదనీ, ప్రమాదవశాత్తు ఆమె పడిందనీ యుగంధర్ చెప్పారుట. యుగంధర్ మాట మీద సుందర్‌ని పోలీసులు వొదిలేశారుట."

రాజుకి ఆ సంఘటన కొద్ది కొద్దిగా జ్ఞప్తికి వస్తోంది. అప్పుడు తనూ వెళ్ళాడు ఊటీకి. పని వుండి కాదు... పని ఏమీలేకపోవడం వల్ల తనూ, యుగంధరూ పదిరోజులు కులాసాగా గడుపుదామని ఊటీకి వెళ్ళారు. ఓ రోజు పొద్దున్న స్కేటింగ్ పరికరాలతో తమ కెదురుగా వస్తున్న యువతీ యువకుల్ని చూసి రాజు, యుగంధర్ నవ్వుకున్నారు. స్కేటింగ్‌కి ఊటీ కొండల మీద అవకాశం ఎక్కడున్నది, వాళ్ళకి ఎవరో తప్పు చెప్పి వుండాలి అనుకున్నారు. అక్కడే ఒక చెట్టుకింద బెంచీమీద కూర్చున్నారు యుగంధర్, రాజు. ఆ యువతి, యువకుడు నవ్వుకుంటూ వెళ్ళిపోయారు. తమని తాము తప్ప మరెవరినీ, దేన్నీ చూసేస్థితిలో లేరు వాళ్ళు. నవ్వుకుంటున్నారు. ఆమె ఏదో అన్నది. అతను ఆమె చొక్కా పట్టుకుని లాగి ఒక దెబ్బ వేశాడు. ఆమె మళ్ళీ ఏదో అని నాలిక చూపించి వెక్కిరించి పరిగెత్తింది.

"ఎక్కడికి పారిపోతావు" అంటూ అతనూ పరిగెత్తాడు ఆమెని పట్టుకునేందుకు.

"నీకు అందను... పట్టుకోలేవు" అని యింకా వేగంగా పరిగెత్తింది ఆమె.

చిన్నపిల్లలమల్లే వాళ్ళిద్దరూ ఆడుకోవడం చాలా ముచ్చటగా వుంది. యుగంధరూ, రాజూ వాళ్ళనే చూస్తున్నారు. ఆ యువకుడు ఆమెని తరుముతున్నాడు. ఆ యువతి అతనికి అందకుండా పరిగెత్తుతోంది.

ఉన్నట్లుండి చెవులు చిల్లులు పడేటట్లు ఆ యువతి కేక వేసింది.

యుగంధరూ, రాజూ పరిగెత్తారు.

ఎత్తుగా వున్న దిబ్బమీద అడ్డంగా పడుకుని ఆ యువకుడు కేకలేస్తున్నాడు. "రండి! ప్లీజ్! పడిపోతోంది" అని.

రాజూ, యుగంధరూ యింకా వేగంగా పరిగెత్తారు.

డిటెక్టివ్‌లు యిద్దరూ ఆ యువకుడి దగ్గిరికి చేరుకునేటప్పటికి చెవులు చిల్లులు పడే కేక వినిపించిది. ఆ దిబ్బ మీదనించి చూశారు. ఆ యువతి దొర్లుకుంటూ, దొర్లుకుంటూ కింద వున్న అగాధంలోకి పడిపోతోంది. ఆ యువకుడు మొహానికి రెండుచేతులూ అడ్డుపెట్టుకుని, గజగజ వొణుకుతూ

వెర్రిగా కేకలు వేస్తున్నాడు. యుగంధర్ ఆ యువకుణ్ణి వెనక్కి లాగి "స్టడీ! కంట్రోల్ చేసుకో!" అన్నాడు.

అతను స్థిమితపడలేదు. పిచ్చిగా కేకలు వేస్తున్నాడు. షాక్‌నించి తప్పించ డానికి యుగంధర్ అతన్ని యాడ్చి చెంపమీద కొట్టాడు. ఆ దెబ్బకో లేక తను చూసిన దృశ్యం భరించలేకో ఆ యువకుడికి స్పృహ పోయింది. యుగంధరూ, రాజూ అతన్ని ఎత్తుకుని హోటలికి తీసికెళ్ళారు.

పోలీసులు వచ్చారు. మధ్యాహ్నానికి ఆ యువతి శవాన్ని అగాధంలోంచి బయటికి తీశారు. యుగంధర్‌నించీ, రాజునించీ, ఆ యువకుడు నించీ పోలీసులు స్టేట్‌మెంట్స్ తీసుకున్నారు. కోయంబత్తూర్‌లో వున్న ఆ యువతి తండ్రికి టెలిగ్రాం యిచ్చారు.

రొటీన్ పద్ధతిలో ఆ యువతి శవాన్ని డాక్టర్లు పరీక్ష చేసి ఆమె నాలుగోనెల గర్భంతో వుందని చెప్పారు.

ఆ యువతి తండ్రి వచ్చాడు. తన కూతురు జారిపడలేదనీ, ఆ యువకుడే అగాధంలోకి తోసి వుండాలనీ గోల చేశాడు.

"కారణం?" అడిగారు పోలీసులు అతన్ని.

"ఇంకేం కారణం కావాలి? కడుపుతోవుంది. పెళ్లిచేసుకోమని అడిగింది. చేసుకోనన్నాడు. చేసుకోకపోతే కేసుపెడతానని అన్నది. గొడవ చేస్తానన్నది."

"మీ కుమార్తె కడుపుతో వుందని మీకు తెలుసా?"

"తెలుసు. నాలుగురోజుల క్రితమే చెప్పింది."

"తనంతట తనే చెప్పిందా?" అడిగాడు పోలీస్ ఇన్‌స్పెక్టర్.

"వెక్కి వెక్కి ఏడుస్తుంటే అడిగాను ఎందుకు ఏడుస్తున్నావని. చెప్పింది. తన స్థితి అతనికీ చెప్పాననీ, అతను పెళ్ళి చేసుకోనన్నాడనీ, ఏ మందో మాకో తినమన్నాడనీ చెప్పింది. అలాటి పని చెయ్యవద్దనీ, ప్రమాదమనీ పెళ్ళి చేసుకోకపోతే కేసు పెడతాననీ, గోల చేస్తాననీ బెదిరించమన్నాను. ఆ సాయంకాలం అతన్ని కలుసుకుని వచ్చి అతను పెళ్ళి చేసుకునేందుకు ఒప్పుకున్నాడనీ, మర్నాడే రిజిస్ట్రార్‌కి అప్లికేషన్ పెడతానన్నాడనీ చెప్పింది. రెండురోజుల తర్వాత అతనితో ఊటీకి వెళుతున్నానని చెప్పింది. పెళ్ళి చేసుకునేంతవరకూ అతనితో ఎక్కడికీ వెళ్ళవద్దని చెప్పాను. నా మాట వినలేదు.

ఆ దుర్మార్గుడు, ఆ రాక్షసుడు నా కూతుర్ని అగాధంలోకి తోసేసి చంపేశాడు" అన్నాడు ఆ యువతి తండ్రి.

ఆ యువకుడు ఆ యువతిని హత్యచేసి వుండవచ్చు అనే అనుమానం పోలీసులకి కూడ కలిగింది. యుగంధర్నీ, రాజునీ గుచ్చి గుచ్చి అడిగారు.

యుగంధర్ నిశ్చయంగా చెప్పాడు పోలీసులకి. "ఆ యువకుడికి ఆమెని హత్యచెయ్యాలని వుందేమో నాకు తెలియదు. ఆ యువకుడు దుర్మార్గుడు అయ్యుండవచ్చు. ఒప్పుకుంటాను. కాని ఆ ప్రమాదం నా కళ్ళారా చూశాను. ఆ యువతి ముందు పరిగెత్తుకువెళ్ళి అవతలికి జారింది. కేకవెయ్యగానే అతను పరిగెత్తుకు వెళ్ళి ఆమెని పట్టుకున్నడు. మేము వెళ్ళి అతనికి సహాయం చేసేలోపున అతని పట్టు సడలిపోయి ఆమె పడిపోయింది" అన్నాడు యుగంధర్.

"మీరు రావడం చూసి కావలసి ఆమెని అగాధంలోకి వొదిలేశాడేమో!" అడిగాడు ఇన్స్పెక్టర్.

"అదే అతని ఉద్దేశ్యం అయితే అతను ఆ దిబ్బదగ్గిరికి వెళ్ళనవసరంలేదు. దూరాన్నించే కేకలు పెడుతూ చతికిలబడేవాడు."

"ఆమె అగాధంలో పడిపోతున్నదని పట్టుకుని రక్షించడానికి ప్రయత్నించాడు ముందు. తర్వాత అతనికి స్ఫురించి వుండవచ్చు. వొదిలేస్తే తనమీదకీ నేరం రాదనీ, మీరు ప్రత్యక్ష సాక్ష్యులున్నారనీ, తన బెడద పోతుందనీ" ఇన్స్పెక్టర్ సూచించాడు.

యుగంధర్ నవ్వి "సారీ! ఆ యువతిని రక్షించడానికి అతను ప్రయత్నించాడు. వేరే యే ఆధారం లేకుండా అలా ప్రయత్నించాడని అతన్ని అనుమానించడం న్యాయం కాదు" అన్నాడు యుగంధర్.

పోలీస్ ఇన్స్పెక్టర్ కూడా యుగంధర్తో ఏకీభవించాడు. చివరికి ప్రమాదవ శాత్తూ మరణించిందని తేల్చారు.

రాజు కళ్ళముందు యిదంతా సినిమాలో దృశ్యాల మల్లే కదిలిపోయాయి.

ఆ యువకుడే సుందర్ అన్నమాట. సుందర్కీ, తమకీ వున్న సంబంధం అదేనన్నమాట.

చీఫ్ అక్కౌంటెంటుకి థాంక్స్ చెప్పి రాజు అక్కణ్నించి బయలుదేరాడు.

8

ఆవేళే రాజు ఊటీకి వెళ్లాడు. తిన్నగా పోలీస్ సూపరింటెండెంట్ ఆఫీసుకి వెళ్ళి పాత రికార్డులు అడిగి తిరగేశాడు. ఆ యువతి పేరు మంగళ. ఆమె తండ్రిపేరు విశ్వనాథన్. మంగళ టెలిఫోన్ ఆపరేటర్ ఉద్యోగం చేసేది. విశ్వనాథన్ రైల్వే బుకింగ్ క్లర్క్. విశ్వనాథన్‌కి మంగళ ఒక్కతే కూతురు. భార్య పోయి చాలాకాలం అయింది.

విశ్వనాథన్ చిరునామా రాసుకుని ఊటీనించి, తిరిగి కోయంబత్తూరు వెళ్ళాడు రాజు. విశ్వనాథన్ యింటికి వెళ్లి వాకబు చేశాడు.

"విశ్వనాథన్ పోయి రెండేళ్ళయింది" చెప్పాడు యింటియజమాని.

"జబ్బు చేసి పోయాడా?"

"లేదండీ! కూతురు పోయిన తరువాత మనిషిలో జీవం పోయింది. సరిగా యిరవై రోజులకి రైలుకింద పడి చనిపోయాడు."

రాజు అక్కణ్ణించి రైల్వే పోలీస్ అధికారులని కలుసుకుని విశ్వనాథన్ ఆత్మహత్యకి సంబంధించిన రిపోర్టు చూశాడు.

రైలు తలమీదనించీ, కాళ్లమీదనించీ పోయింది. శవం తునాతునక లయింది. పాజిటివ్ ఐడెంటిఫికేషన్‌కి అవకాశం లేకపోయింది. బట్టలమీద చాకలి గుర్తులని బట్టి, చేతికున్న రిస్టువాచీని బట్టి, మనీపర్సులో వున్న తాళంచెవులని బట్టి, యింట్లో వున్న ఆత్మహత్య ఉత్తరాన్ని బట్టి చనిపోయిన మనిషి విశ్వనాథన్ అని పోలీసులు నిర్ణయించారు.

"పోలీసులు, వాళ్ళ దర్యాప్తు, నేరపరిశోధనా, విచారణ, శిక్ష- యివన్నీ ఉత్త బూటకం. నా కుమార్తెని ఆ సుందర్ హత్యచేశాడు. కాని యుగంధర్ మాటవిని పోలీసులు సుందర్ని పట్టుకోలేదు. సుందర్ యుగంధర్‌కి బాగా డబ్బు యిచ్చి వుండాలి. మంగళ పోయినతర్వాత నాకు యీ ప్రపంచంలో యింకెవ్వరూ లేరు. ప్రతిక్షణమూ జ్ఞాపకం వస్తోంది. బతకడం కష్టంగా వుంది. ఎంతసేపు, ఎన్నాళ్ళు, ఎన్నేళ్ళు యిలా ఏడుస్తూ గడపను!

నేను చచ్చిపోతున్నాను రైలుకిందపడి.

విశ్వనాథన్."

ఇదీ విశ్వనాథన్ రాసిన ఆత్మహత్య ఉత్తరం.

అక్కడ్నించి రాజు శివస్వామి యింటికి వెళ్ళాడు. అది చాలా పెద్దబంగళా. ఇరవై గ్రౌండ్సు తోట యింటిచుట్టూ. గేటునించి యింటివరకూ చిన్న చిన్న గూళ్ళు కట్టి వాటిలో కుక్కల్ని కాపలా పెట్టాడు. శివస్వామికి రెండు బట్టల మిల్లులున్నాయనీ, కనీసం యాభై అరవై లక్షల రొఖ్ఖం ఆయన దగ్గర వున్నదనీ రాజు వాకబు చేసి తెలుసుకున్నాడు. శివస్వామి సుందర్‌కి ఉద్యోగం యివ్వదలుచుకుంటే తన కంపెనీలోనే యివ్వవచ్చు. టెస్టిమోనియల్ యిచ్చి యింకోచోటికి ఎందుకు పంపాడో రాజుకి అర్థంకాలేదు.

కాలింగ్‌బెల్ నొక్కగానే నలభైఏళ్ళ మనిషి తలుపు తీసి ఎవరు కావాలని అడిగాడు రాజుని. రాజు చెప్పాడు.

"సారీ! ముందు అప్పాయింట్‌మెంట్ లేనిదే ఆయన్ని కలుసుకోడానికి వీలులేదు. పేరు రాసియివ్వండి. ఆయన్ని ఎప్పుడు కలుసుకోడానికి వీలవుతుందో ఉత్తరం రాస్తాను" అన్నాడు అతను.

"నాకు అంత వ్యవధి లేదు. ఇది హత్యకేసుకి సంబంధించిన విషయం. పోలీసులకి సంబంధించినది."

"అలాగా! మీరు పోలీసు ఆఫీసరా?"

"ఒక హత్యకేసు దర్యాప్తు చేస్తున్నాను" అన్నాడు రాజు అబద్ధం ఆడటం యిష్టంలేక.

పదినిముషాల తర్వాత ఆ మనిషి తిరిగివచ్చి రాజుని లోపలికి రమ్మన్నాడు. పెద్ద హాలులోంచి వెళ్ళి, ఒక నడవా దాటి ఓ గదిలోకి వెళ్ళాడు. చాలా విశాలమైన గది. గదిమధ్య పెద్ద బల్ల. బల్లవెనక కుర్చీలో యాభైఏళ్ళ మనిషి కూర్చున్నాడు. లావుగా, నల్లగా, పొడుగ్గా వున్నాడు. బట్టతల, కళ్ళకి అద్దాలు, టూత్‌బ్రష్ మీసాలు.

"యస్?" అడిగాడు శివస్వామి రాజుని చూసి.

"మీకు సుందర్ అనే యువకుడితో పరిచయం వుందిగా?"

"కూర్చోండి! సుందరా? ఈ మధ్య మద్రాసులో హత్య చెయ్యబడ్డాడు. అతనేనా?"

"అవును. అతనే..."

"అవును. అతనితో పరిచయం వుండేది. ఉంటే?"

"అతను మద్రాసులో శ్రీరామ్ ఇంజినీరింగ్ వర్కుల్లో ఉద్యోగానికి దరఖాస్తు పెట్టుకున్నాడు. మీరిచ్చిన టెస్టిమోనియల్ దరఖాస్తుతో పంపాడు."

"యస్. టెస్టిమోనియల్ యిచ్చాను. ఇస్తే?"

"అతను యిక్కడ టీ కంపెనీలో పనిచేసేవాడు. మీకు ఆ టీ కంపెనీతో ఎటువంటి సంబంధమూ లేదని తెలిసింది. సుందర్‌కీ, మీకూ పరిచయం ఎలా అయ్యింది?"

"ఎలా అయిందో నాకు యిప్పుడేం జ్ఞాపకం?" అన్నాడు శివస్వామి.

"అతనికి మంచి ఉద్యోగం యివ్వదలుచుకుంటే మీ కంపెనీలోనే యిచ్చి వుండవచ్చుగా?"

"ఇచ్చివుండవచ్చు... ఇవ్వలేదు కనుక యివ్వదలుచుకోలేదని తేలుతోందిగా?" అన్నాడు శివస్వామి.

"అటువంటప్పుడు యింకొకళ్ళకి, అతన్ని గురించి టెస్టిమోనియల్ ఎందుకు యిచ్చారు?"

"దానికి లక్షా తొంభై కారణాలు వుండవచ్చు. ఒకటి– నా కంపెనీలో ఖాళీ ఏమీ వుండకపోవచ్చు. రెండు– అతనికి యీ వూరు యిష్టం లేకపోయి వుండవచ్చు. మూడు– అతనికి మద్రాసు వెళ్ళాలని అనిపించి వుండవచ్చు."

"నాలుగు– అతను యీ వూళ్ళో వుండడం మీకు ఇష్టం లేకపోయి వుండవచ్చు" అన్నాడు రాజు చటుక్కున.

శివస్వామి రాజుని సూటిగా కళ్ళల్లోకి చూసి "యస్. అదీ కారణం అయ్యుండవచ్చు" అన్నాడు.

శివస్వామిని బెదిరించి ప్రయోజనం లేదు. పోలీసులన్నా, డిటెక్టివ్‌లన్నా భయపడే మనిషి కాదు. శివస్వామి సహకారం పొందాలంటే మంచిగా ప్రవర్తించాలని రాజు నిశ్చయించుకున్నాడు.

"శివస్వామిగారూ! మీ సహాయం కోరి వచ్చాను. సుందర్ హత్యకేసు మేము దర్యాప్తు చెయ్యడానికి ఒక ముఖ్య కారణం వుంది. సుందర్ని హత్య చేసిన మనిషి యుగంధర్‌గార్ని హత్య చెయ్యడానికి ప్రయత్నిస్తున్నాడు."

"యుగంధర్‌గార్నా? ఎందుకు?"

"ఎందుకో మాకే తెలియలేదు. చంపుతానని బెదిరిస్తూ యుగంధర్‌గారికి ఓ ఉత్తరం వొచ్చింది. అలాటి బెదిరింపు ఉత్తరాలు తరుచూ వస్తూ వుంటాయి. అందుకని మేము లక్ష్యపెట్టలేదు. తర్వాత డెబ్భై రెండు గంటలలో చంపుతానని యింకో ఉత్తరం వచ్చింది. ఆ తర్వాత ఏదో హత్య జరిగిందనీ, ఇన్‌స్పెక్టర్ స్వరాజ్యరావు యుగంధర్‌గార్ని ఫలానా చోటికి వెంటనే రమ్మంటున్నారనీ ఓ రాత్రి టెలిఫోన్ వచ్చింది. మేము వెళ్లాము. అక్కడ ఒక కారులో రెండు శవాలు... ఒకటి సుందర్‌ది. రెండోది అతని ప్రియురాలు వినయది వున్నాయి. అప్పుడు అక్కడ యుగంధర్‌గార్ని హత్యచెయ్యడానికి ప్రయత్నం జరిగింది. యుగంధర్‌గారు తీవ్రంగా గాయపడ్డారు, ఇదీ అసలు విషయం. కనుక ఆ హంతకుడ్ని పట్టుకునేందుకు మీరు ఏమైనా చెప్పగలిగితే సంతోషిస్తాను" అన్నాడు రాజు.

శివస్వామి చుట్ట వెలిగించాడు. "నేను చెప్పే విషయాలు మీ దర్యాప్తుకు వుపయోగపడతాయో లేదో నాకు తెలియదు కాని వివరంగా చెపుతాను. నాకు ముగ్గురు కుమార్తెలు. ముగ్గురికీ వివాహం కాలేదు. కొడుకులు లేరు. నా రెండో కుమార్తె రజనికి సుందర్‌తో పరిచయం అయ్యింది. ఎలా పరిచయం అయ్యిందో నాకు వివరాలు జ్ఞాపకం లేవు. ఏ సినిమాలోనో కలుసుకుని, ఆకర్షింపబడి, స్నేహం అయివుండాలి. ఇద్దరూ తరచూ కలుసుకునేవాళ్ళు. సినిమాలకీ, షికార్లకీ వెళ్లేవాళ్ళు. ఒకసారి సుందర్‌ని రజిని యింటికి తీసుకువచ్చి నాకు పరిచయం చేసింది. కుర్రాడు చదువుకున్నవాడు, సంస్కారం వున్నవాడు. రజని అతనితో స్నేహంగా వుండడంలో నాకు అభ్యంతరమేమీ కనపడలేదు. నా ఆస్తి అంతా నా ముగ్గురు కూతుళ్ళకే చెందుతుంది కనుక డబ్బున్నవాళ్ళకే, పెద్ద ఉద్యోగాలలో వున్నవాళ్ళకే నా కూతుళ్ళని యివ్వాలని నేను అనుకోలేదు. వాళ్ళకి యిష్టమైన వాళ్ళని చేసుకోవచ్చు. యోగ్యుడైతే చాలని నా అభిప్రాయం. ఏదో ఒకరోజు యిద్దరూ నా దగ్గిరికి వచ్చి పెళ్ళి చేసుకుంటామని చెపుతారని అనుకున్నాను. నేను అనుకున్నట్లే జరిగింది. నాకేమీ అభ్యంతరం లేదని చెప్పాను. ఆపై నెలలో ముహూర్తం నిశ్చయించాను. పెద్ద అమ్మాయికి పెళ్లి కానిదే రెండోదానికి పెళ్ళి చెయ్యకూడదని వాళ్ళ

అమ్మ గొడవ చేసినా నేను లక్ష్యపెట్టలేదు. పెళ్ళి ఏర్పాటులన్నీ చకచక సాగిపోతున్నాయి. ఒకరోజున నాకు ఎవరో టెలిఫోన్‌చేశారు. సుందర్ మంగళ అనే అమ్మాయిని ఊటీలో హత్య చేశాడనీ, ఆ అమ్మాయికి కడుపు చేశాడనీ, పెళ్ళి చేసుకోమని ఆ అమ్మాయి నిర్బంధిస్తే తప్పించుకునేందుకు అంత ఘోరం చేశాడనీ, హంతకుడికి నా కూతురిని ఎందుకు యిస్తున్నారనీ అడిగి టెలిఫోన్ పెట్టేశాడు. మర్నాడు సుందర్ని అడిగాను. తను ఆ అమ్మాయిని హత్య చెయ్యలేదనీ, పోలీసులు దర్యాప్తు చేసి ప్రమాదవశాత్తు జారిపడిందని తేల్చారనీ చెప్పాడు. సుందర్‌మీద వున్న మంచి అభిప్రాయం పోయింది. రజనిని బాగా ఆలోచించి మరీ పెళ్ళి చేసుకోమన్నాను. ఆ విషయం తనకి యిదివరకే తెలుసుననీ, సుందర్ తన దగ్గిర ఏదీ దాచలేదనీ, అతన్ని తను మనసారా ప్రేమిస్తున్నాననీ చెప్పింది. ఇక వాళ్ళ వివాహానికి అభ్యంతరం చెప్పడానికి నాకు హక్కు లేదని వూరుకున్నాను. రెండురోజుల తర్వాత మళ్ళీ ఆ మనిషి నాకు టెలిఫోన్ చేశాడు. రజనిని అతనికిచ్చి పెళ్ళి చెయ్యవద్దనీ, సుందర్ని తను హత్య చెయ్యదలుచుకున్నాననీ, అతన్ని పెళ్ళి చేసుకుంటే నా కూతురు త్వరలో వితంతువు అవుతుందనీ చెప్పాడు. ఆ హెచ్చరిక కూడా నేను నిర్లక్ష్యం చేశాను. రెండురోజుల తర్వాత బజారుకి వెళ్ళిన నా కుమార్తె చీకటి పడినా యింటికి తిరిగిరాలేదు. ఆఫీసునించి నా యింటికి వచ్చి సుందర్ రజని కోసం కాచుకున్నాడు. రాత్రి పదిగంటలయింది. రజని జాడలేదు. నేను పోలీస్ కంప్లయింట్ యిచ్చాను. అర్ధరాత్రి పన్నెండు గంటలకి టెలిఫోన్ మోగింది. "సుందర్‌కి యీ జీవితంలో సుఖమనేది వుండకూడదు. అతను మీ అమ్మాయిని పెళ్ళి చేసుకోడానికి వీల్లేదు. పెళ్లి చెయ్యనంటే మీ అమ్మాయిని వదిలేస్తాను. రజని నా బందీగా వుంది యిప్పుడు" అన్నాడు. నాకేమీ తోచలేదు. రజనికి ఏం ఆపద కలుగుతుందో, ఏ పిచ్చివాడి చేతుల్లో చిక్కిందో అని పెళ్ళి ఆపుతానన్నాను.

"రజని యింటికి వచ్చిన తర్వాత నాకు యిచ్చిన మాట మరిచిపోయి పెళ్ళి చేశారా రజనినీ, సుందర్‌నీ యిద్దర్నీ చంపేస్తాను" అని టెలిఫోన్ పెట్టేశాడు అతను.

"ఆ రాత్రంతా మేము అందరమూ కళ్ళప్పగించి వసారాలో కూర్చున్నాము. తెల్లారగట్ట జట్కాలో దిగింది రజిని" చెప్పాడు శివస్వామి.

"ఏమైందిట... రజిని చెప్పలేదూ?" అడిగాడు రాజు.

"చెప్పింది. ఏవో సామానులు కొనుక్కుని షాపులోంచి బయటికి వచ్చిందట. మా యింటికి ఫర్లాంగు దూరమే ఆ షాపు. అందుకని కారులో వెళ్ళలేదు. షాపులోంచి బయటికి రాగానే ఎవరో ఒక వృద్ధుడు వచ్చి సుందర్ ఆఫీసులో మేడమీదనించి జారి కిందపడ్డాడనీ, చాలా ప్రమాదస్థితిలో వున్నాడనీ, తను ఆఫీసు మేనేజరు కారు డ్రైవర్‌ననీ, సుందర్ తనని పిలిపించమని మేనేజర్‌కి చెప్పాడనీ, మేనేజరు కారు పంపాడనీ చెప్పాడుట. తను షాపులో వుంటానని అతనికి ఎలా తెలుసు? ఇంటికి వెళ్ళి అడిగి తెలుసుకునివుంటే యింట్లో వున్న తన అక్కో, చెల్లెలో ఎందుకు అతనికూడా రాలేదు... ఇలాంటి సందేహాలు ఏమీ అప్పుడు కలగలేదు రజనికి. ఆదుర్దాకొద్దీ అతనితో కారు ఎక్కిందిట. అతను కారు చాలా స్పీడుగా డ్రైవ్ చేశాడుట. ఆస్పత్రివైపు కాక, వూరి బయటికి కారు పోనిస్తూ వుంటే అనుమానం కలిగి అడిగిందిట. అతను పిస్తోలు చూపించి కిక్కురుమనకుండా కూర్చోమన్నాడట. ఊరికి పన్నెండు మైళ్ళ దూరంలో వున్న ఒక పాడుపడిన సత్రంలోకి తీసికెళ్ళి చేతులు కట్టేసి, గొడవ చెయ్యకుండా వుంటే ఏమీ హాని కలగదని చెప్పి వెళ్ళిపోయాడుట అతను. అర్ధరాత్రి ఎప్పుడో వచ్చి కట్లు విప్పి, కార్లో ఎక్కించుకుని వూరికి దగ్గిరగా దింపి వెళ్ళిపోయాడుట. రజని జట్కా ఎక్కి యిల్లు చేరుకున్నది."

"పోలీసులు అతన్ని పట్టుకోలేదా?" అడిగాడు రాజు.

"చాలా ప్రయత్నించారు. రజని ఆ వృద్ధుణ్ణి వర్ణించి చెప్పింది... నలుపనీ, లాల్చీ తొడుక్కున్నాడనీ, కళ్ళకి అద్దాలున్నాయనీ, కారు నెంబర్ చూడలేదనీ, నల్లకారనీ. నల్లని రంగు కార్ల స్వంతదారులందర్నీ చూపించారు పోలీసులు రజినికి. ప్రయోజనం లేకపోయింది. అతనెవరో తెలియలేదు."

"మంగళ తండ్రేమోననే అనుమానం కలగలేదా పోలీసులకి? సుందర్‌మీద అతనికేగా కసి" అడిగాడు రాజు.

"ఆ! పోలీసులకి మొట్టమొదట అతనిమీద అనుమానం కలిగింది. విచారిస్తే మంగళ తండ్రి విశ్వనాథన్ రెండు నెలల క్రితం రైలుకింద పడి ఆత్మహత్య చేసుకున్నాడని తేలింది."

"మంగళ బంధువులో, ఆమె పూర్వప్రియుడో, విశ్వనాథన్ అన్నో, తమ్ముడో, దగ్గిర బంధువో..."రాజు అడుగుతుండగా శివస్వామి రాజు మాటలకి అడ్డం వచ్చి "వాళ్ళకి దగ్గిర బంధువులు ఎవరూ లేరు అని తేలింది. ఉన్న బంధువు లెవరో బొంబాయిలో, నాగపూర్లో వున్నారుట. వాళ్ళనెవర్నీ అనుమానించడానికి ఈషణ్మాత్రమైనా ఆస్కారం లేదు" అన్నాడు.

"తర్వాత?" అడిగాడు రాజు.

"రజనిని ఎత్తుకుపోయిన మనిషి ఎవరో తెలుసుకుని, అతన్ని జైలులో పెట్టిస్తే కాని రజనికీ, సుందర్‌కీ ప్రమాదం వుండదని నిశ్చయించుకుని, అతన్ని పట్టుకునేంతవరకూ పెళ్ళి వాయిదా వేయడానికి వాళ్లిద్దర్నీ ఒప్పించాను. మూడునెలలయినా పోలీసులు అతన్ని పట్టుకోలేకపోయారు. ఆ మూడునెలల్లో నాలుగుసార్లు అతను నాకు టెలిఫోన్ చేశాడు. తనని పోలీసులు పట్టుకోలేరనీ, రజనీ సుందర్ పెళ్ళి చేసుకుంటే వాళ్ళకి చావు తప్పదనీ, జాగ్రత్త అని బెదిరించాడు."

"రజని మీద యిష్టముండి నిరాశ పొందిన యువకుడేమో అతను?"

"అటువంటి యువకుడు ఎవడూ లేడని తేలింది. ఆ మనిషిని పట్టుకోకుండా వాళ్ళు పెళ్ళి చేసుకోవడం నాకు యిష్టం లేకపోయింది. పెళ్ళి ఆపించేశాను."

"ఆపించేశారా? వాయిదా వేశారా?"

"గడువులేని వాయిదా."

"ఒప్పుకున్నారా వాళ్ళు?"

"వాళ్ళిద్దరికీ కూడా ప్రాణభయం పట్టుకున్నది. అందుకని వాళ్ళని ఒప్పించడం కష్టం కాలేదు."

"తర్వాత?"

"ఎలాగూ వాళ్ళకి పెళ్లి జరగదని తెలుసు నాకు. ఆ విషయం సుందర్‌కి చెప్పాను. ఈ వూళ్ళోనే వుంటే ఇద్దరికీ కష్టంగా వుంటుందనీ, మద్రాసులో మంచి ఉద్యోగం యిప్పిస్తాననీ చెప్పాను. ఒప్పుకున్నాడు. శ్రీరామ్ ఇంజనీరింగ్ కంపెనీ జనరల్ మేనేజర్ నా స్నేహితుడు. అతనికి ఉత్తరం రాశాను. సుందర్‌కి మద్రాసులో ఉద్యోగం దొరికింది. వెళ్ళిపోయాడు" అన్నాడు శివస్వామి.

"మీ అమ్మాయి రజని?" అడిగాడు రాజు.

"ఈ మధ్యనే పెళ్ళయింది. సుందర్‌ని మరిచిపోయింది. సుఖంగా సంసారం చేస్తోంది."

"థాంక్స్! మిమ్మల్ని చాలా శ్రమపెట్టాను. మీ సహాయం అవసరమైతే మళ్ళీ వస్తాను" అన్నాడు రాజు.

"నాకు టెలిఫోన్ చేసిన అతనే సుందర్ని హత్యచేసి వుండాలి. అతన్ని పట్టుకుంటే నాకు తెలియచెయ్యండి. పాపం! సుందర్ చెడ్డవాడు కాదు" అన్నాడు శివస్వామి.

రాజు క్రిజ్లర్ కారు తన హోటల్‌కి డ్రైవ్ చేస్తున్నాడు. కేసు అంతా గందరగోళంగా వుంది. ఏమీ తెలియడంలేదు. మంగళ తండ్రి విశ్వనాథన్ బతికేవుంటే సుందర్‌మీద, యుగంధర్ మీదా అతనే కక్ష పెట్టుకుని యుగంధర్ని హత్య చెయ్యడానికి ప్రయత్నించాడనీ, సుందర్ని హత్యచేశాడనీ అనుకోవచ్చు. విశ్వనాథన్ ఆత్మహత్య చేసుకున్నాడు. సుందర్ మీదా, యుగంధర్‌మీదా ఎవరికి పగ వుంది? తను చేసిన దర్యాప్తు వివరాలన్నీ యుగంధర్‌కి చెప్పాలి. యుగంధర్ సలహా తీసుకుని యిక ముందు దర్యాప్తు సాగించాలి అని నిశ్చయించుకున్నాడు రాజు.

9

"విచిత్రంగా వుంది" అన్నాడు డిటెక్టివ్ యుగంధర్ రాజు చెప్పిన విషయాలన్నీ విని. యుగంధర్ ఆస్పత్రినుంచి యింటికి వచ్చేశాడు. ఇంకా విశ్రాంతి తీసుకోవాలనీ, ఎక్కువ తిరగకూడదనీ డాక్టర్లు చెప్పారు.

"అవును సార్! చాలా విచిత్రంగా వుంది. సుందర్ కోయంబత్తూరులో వుండగానే హంతకుడికి సుందర్ మీద కసి ఏర్పడింది. శివస్వామి కుమార్తెని సుందర్ వివాహం చేసుకోకుండా విడగొట్టాడు. కోయంబత్తూర్‌లో వుండగానే సుందర్ని ఎందుకు హత్యచెయ్యలేదు? రెండేళ్ళు ఎందుకు కాచుకున్నాడు?" అన్నాడు రాజు.

"హత్య చెయ్యడానికి అవకాశం దొరకలేదేమో?" అన్నాడు యుగంధర్.

"శివస్వామి కూతుర్ని ఎత్తుకుపోయి, ఒక రాత్రంతా నిర్బంధంలో వుంచగలిగిన అతనికి సుందర్‌ని హత్య చేసేందుకు అవకాశం దొరికివుండదా? సుందర్ ఒంటిగాడు. అతనికి అంగరక్షకులు ఎవరున్నారు?"

యుగంధర్ సిగిరెట్ వెలిగించి గట్టిగా పొగ పీల్చి "సుందర్నే కాక, వినయని కూడా హత్య చేశాడు. వినయమీద హంతకుడికి ద్వేషం ఎందుకు ఏర్పడింది? అది ముఖ్యమైన ప్రశ్న" అన్నాడు.

"అంతేకాదు. మిమ్మల్ని హత్య చెయ్యడానికి ఎందుకు పూనుకున్నాడు? మీమీద ద్వేషం ఎందుకు అతనికి?"

ఇద్దరు డిటెక్టివ్‌లూ అయిదునిముషాలు మౌనంగా యెవరి ఆలోచనల్లో వాళ్ళు వుండిపోయారు.

"రైలుకిందపడి ఆత్మహత్య చేసుకున్న మనిషి మంగళ తండ్రి విశ్వనాథన్ అని నిశ్చయంగా తేలిందా?" అడిగాడు యుగంధర్.

"రైల్వే పోలీస్ దర్యాప్తు చేసి విశ్వనాథన్ అని నిర్ణయించారు."

"రాజూ! నువ్వు చెప్పిన వివరాలని బట్టి ఆత్మహత్య చేసుకున్న మనిషి విశ్వనాథన్ అని నూటికి నూరుపాళ్ళు నిశ్చయంగా తేలలేదు. నిదర్శనాలు ఏమిటి? అతను రాసిపెట్టిన ఉత్తరం, అతని చేతిగడియారం, బట్టలమీది చాకలి గుర్తులు, మనీపర్సు. అంతేనా?"

రాజు తలవూపాడు.

"ఈ ఐడెంటిఫికేషన్స్‌లో ఏదీ శవానికి సంబంధించినది కాదు. అంతా సూచనా పూర్వకమైన సాక్ష్యమే."

"అంటే మంగళ తండ్రి విశ్వనాథన్ బతికే వున్నాడనీ, సుందర్ని అతనే హత్య చేసివుంటాడనీ, మిమ్మల్ని హత్యచెయ్యడానికి అతనే ప్రయత్నిస్తున్నాడనీ మీ అనుమానమా?"

"అవును. విశ్వనాథన్ ఆత్మహత్య గురించి జాగ్రత్తగా దర్యాప్తు చెయ్యాలి. విశ్వనాథనే ఆత్మహత్య చేసుకున్నాడని నిశ్చయంగా తేల్చాలి."

రాజు నిట్టూర్చి "అంటే నేను మళ్ళీ కోయంబత్తూర్ వెళ్ళాలి అన్నమాట" అన్నాడు.

"మనం."

"మీరా! ఒద్దు. మీరు యింకా కొంతకాలం విశ్రాంతి తీసుకోవాలి."

యుగంధర్ నవ్వి "నేను అట్టే శ్రమపడను. కూడా వస్తాను పద. ప్రయాణానికి ఏర్పాట్లు చెయ్యి" అన్నాడు.

✣ ✣ ✣

మర్నాడు పొద్దున్నే యుగంధరూ, రాజూ క్రిజ్లర్ కారులో కోయంబత్తూర్ బయలుదేరి మూడుగంటల ప్రాంతాల కోయంబత్తూర్ చేరుకున్నారు.

"పోలీస్ రికార్డులు తిరగవేసి ప్రయోజనం లేదు. ఆత్మహత్య కేసు దర్యాప్తు చేసిన పోలీస్ ఆఫీసర్ని కలుసుకుని మాట్లాడాలి" అన్నాడు యుగంధర్.

"థామస్! ఆ పోలీస్ ఆఫీసర్ పేరు" చెప్పాడు రాజు.

"వెరీగుడ్! టెలిఫోన్ చేసి ఎప్పుడు ఎక్కడ కలుసుకోవడానికి వీలుంటుందో కనుక్కో."

రాజు టెలిఫోన్ చేసివచ్చి "ఇంకో గంటలో తనే యిక్కడికి వస్తానన్నాడు" చెప్పాడు.

సరిగ్గా గంటతర్వాత ఇన్‌స్పెక్టర్ థామస్ తలుపు తట్టాడు.

రాజు తలుపు తీసి "ఇన్‌స్పెక్టర్ థామస్!" అడిగాడు.

"యస్."

"నేను రాజు. యుగంధర్‌గారు లోపల వున్నారు. రండి" అని లోపలికి తీసికెళ్ళాడు. బెల్ నొక్కి హోటల్ కుర్రాడు రాగానే కాఫీ తీసుకురమ్మని చెప్పాడు.

"మీకు శ్రమ యిస్తున్నందుకు క్షమించండి" అన్నాడు యుగంధర్ థామస్ కూర్చోగానే.

"శ్రమ ఏమిటి? మిమ్మల్ని కలుసుకునేందుకు అవకాశం దొరికినందుకు సంతోషంగా వుంది. మీకు నా సహాయం అవసరమైనదంటేనే ఆశ్చర్య పోయాను" అన్నాడు థామస్.

యుగంధర్ సిగిరెట్ డబ్బా థామస్‌కి అందించి "రెండేళ్ళ క్రితం విశ్వనాథన్ అనే ఆయన రైలుకిందపడి ఆత్మహత్య చేసుకున్నాడు. ఆ కేసు మీరు దర్యాప్తు చేసినట్లు ఫైల్సులో వుంది" అన్నాడు.

"యస్..."

"ఆ కేసుగురించి కొన్ని వివరాలు అడగడానికి మిమ్మల్ని కలుసుకోవాలన్నాను."

"ఏమిటా వివరాలు?"

"రైలుకింద పడి చనిపోయిన మనిషి విశ్వనాథన్ అని మీరు ఎలా నిర్ణయించారు?"

థామస్ క్షణం ఆలోచించి "సారీ! రెండేళ్ళ కిందట విషయం. నాకు వివరాలు జ్ఞాపకం లేవు" అన్నాడు.

"అవును. అది సహజమే.ఒకసారి మీరు ఆ పాతఫైలు చూస్తే జ్ఞాపకం వస్తుందా?" అడిగాడు యుగంధర్.

"ఓ యస్."

"రాజు మీ పోలీసు ఫైల్సులోంచి వివరాలు రాసుకున్నాడు. చెపుతాడు."

థామస్ తలవూపాడు.

రాజు తన డైరీతీసి పోలీస్ ఫైలులోంచి తను తెలుసుకున్న వివరాలు చెప్పాడు.

"ఇప్పుడు జ్ఞాపకం వచ్చింది. నేను పూర్తిగా తృప్తిపడలేదు ఆ కేసుతో" అన్నాడు థామస్.

"ఎందువల్ల?" అడిగాడు యుగంధర్.

"ఆత్మహత్య చేసుకున్న మనిషి విశ్వనాథన్ అని నిశ్చయంగా రుజువు అయ్యే నిదర్శనాలు ఏమీలేవు. అంతా సూచనాపూర్వకమైన సాక్ష్యమే. బట్టలమీది చాకలి గుర్తులు, చేతికి వున్న రిస్టువాచీ, జేబులో వున్న మనీపర్సు, అతని ఇంట్లో ఆత్మహత్య చేసుకుంటున్నట్లు రాసిపెట్టిన ఉత్తరం, ఉజ్జాయింపున శవం ఒడ్డూపాడుగుతో సరిపోవడం... అంతేగాని శవానికి సంబంధించిన సాక్ష్యం... అంటే పుట్టుమచ్చ లాంటిది కాని, ఎవరో చూసి పోల్చి చెప్పడం గాని జరగలేదు..." అన్నాడు థామస్.

"పాజిటివ్ ఐడెంటిఫికేషన్‌కి అవకాశం లేకపోయిందా?" అడిగాడు యుగంధర్.

"అవును. శవం తల రూపం లేకుండా చితికిపోయింది. ఏ పుట్టుమచ్చో, గుర్తోచూసి పోల్చేందుకు విశ్వనాథానికి దగ్గిర బంధువులు ఎవరూ లేరు."

యుగంధర్ సిగిరెట్ వెలిగించి, గట్టిగా పొగపీల్చి "ఇటువంటి కేసుల్లో దర్యాప్తు వెనకనించి చెయ్యాలి" అన్నాడు.

"అంటే?..." అడిగాడు థామస్.

"రైలుకిందపడి చనిపోయిన మనిషి విశ్వనాథన్ కాదని అనుకుని దర్యాప్తు చెయ్యాలి. విశ్వనాథన్ కాకపోతే ఎవరు? అతని ఒంటిమీదికి విశ్వనాథన్ బట్టలు ఎలా వచ్చాయి? మొదలయిన ప్రశ్నలతో ప్రారంభించాలి."

ఇన్‌స్పెక్టర్ థామస్ నవ్వి "యస్. యస్. నేను అలాగే దర్యాప్తు చేశాను. ఏ మనిషీ కన్పించడం లేదని ఎవరూ రిపోర్టు యివ్వలేదు. రైలుకట్ట దగ్గిర్నించి ఎవరూ నడిచి వెళ్ళినట్లు అడుగుజాడలు లేవు. చనిపోయిన మనిషి రైలుపట్టాల దగ్గిరికి నడిచివచ్చినట్లు జాడలున్నాయి. కనుక ఆ రాత్రి చనిపోయిన మనిషి ఒక్కడే రైలుపట్టాల దగ్గిరికి వెళ్ళాడని తేలింది."

"శవం పడివున్న ప్రాంతాల చూసివుంటారు అడుగుజాడలకోసం."

"అవును."

"మైడియర్ ఇన్‌స్పెక్టర్! విశ్వనాథన్ ఎవరి శవాన్నో తెచ్చి, రైలుపట్టాలమీద పడేసి వెళ్ళివుంటే తన అడుగుజాడలు ఆ ప్రాంతాల మీకు కనిపించేటంత తెలివితక్కువగా వ్యవహరిస్తాడా? రైలుపట్టాల మధ్యవుండే స్లీపర్స్‌మీద ఒక ఫర్లాంగు దూరం నడిచి ఆ తర్వాత రైలుకట్ట మీదినించి కిందికి దిగివుంటాడు. శవం చుట్టుపక్కల వున్న అడుగుజాడలూ, శవం పాదాలూ చూశారా? చూసినట్టు రికార్డులో లేదు" అన్నాడు యుగంధర్.

ఇన్‌స్పెక్టర్ థామస్ మొహం వాల్చేశాడు. "సారీ! చూడలేదు. పట్టాలమీద శవం వుంది. ఆ ప్రాంతాల పట్టాలవైపు మనిషి అడుగుజాడలు వున్నాయి. ఆత్మహత్య చేసుకున్న మనిషి నడిచి అక్కడికి వచ్చాడని అనుకున్నాను."

"చూశారా! పాజిటివ్ ఐడెంటిఫికేషన్‌కి అవకాశం పోగొట్టుకున్నారు. ఆత్మహత్య చేసుకున్న మనిషి చెప్పులు వేసుకున్నాడా?"

"లేదు."

"అడుగుజాడలు?"

"పాదాల జాడలే..."

"అవి చనిపోయిన మనిషి జాడలయినదీ, లేనిదీ చాలా సులభంగా తేలేది. సరే, ఇంకో చిన్న సందేహం. శవం రైలుపట్టాలమీద కనిపించిన రోజున కానీ, ఆ ముందురోజున కానీ ఆ ప్రాంతాల ఎక్కడా ఎవరూ మిస్ అవుతున్నట్లు కంప్లెయింట్ రాలేదని చెప్పారు. తను ఆత్మహత్య చేసుకున్నట్లు అందరూ అనుకోవాలని విశ్వనాథన్ ఉద్దేశించి వుంటే అందుకోసం ఎవర్నో అతను హత్య చేసి వుంటాడని ఎందుకు అనుకోవాలి? ఏ చనిపోయిన మనిషి శవాన్నో తీసుకువెళ్ళి వుండవచ్చుగా?" అన్నాడు యుగంధర్.

ఇన్‌స్పెక్టర్ నవ్వి "దటీజ్ ఫాంటాస్టిక్. కోయంబత్తూర్‌కి సరిగా పధ్నాలుగు మైళ్ళ దూరంలో జరిగింది యీ సంఘటన. విశ్వనాథన్ శవాన్ని అంత దూరం ఎలా తీసుకువెళ్లి వుంటాడు? భుజంమీద మోసుకుని వెళ్ళి వుండడు గదా! ఏ బండిలోనో తీసుకుని వెళ్ళివుండాలి. తను ఆత్మహత్య చేసుకున్నట్లు దొంగ సాక్ష్యం సృష్టించదలచుకున్న వాడు శవాన్ని అక్కడికి బండిలో తీసుకు వెళ్ళాడా? నో! నో! యుగంధర్! ఐయామ్ సారీ! ఆత్మహత్య చేసుకున్న మనిషి విశ్వనాథన్ కాకపోతే విశ్వనాథన్ మరెవర్నో అక్కడ హత్యచేసి వుండాలి. అంతేకాని..." అన్నాడు.

"అది నమ్మడానికి వీలులేకుండా వుంది. అసహజంగానూ వుంది. తను ఆత్మహత్య చేసుకున్నాడని అందరూ అనుకోవాలని ఒక మనిషిని హత్య చేస్తాడా? వ్యక్తిగతమైన ద్వేషం ఏమీ లేకుండా ఒక శవం కావాలి కనుక ఒక మనిషిని చంపుతాడా?" అన్నాడు యుగంధర్.

"అయితే రైలుకిందపడి చనిపోయిన మనిషి విశ్వనాథమే అని అంగీకరించాలి. అంతేకాని ఎక్కణ్ణించో ఒకశవాన్ని తెచ్చి రైలుపట్టాలమీద పడేసి వుంటారని అనుకోవడం కేవలం ఆధారం లేని ఊహ అవుతుంది.

యుగంధర్ ఆలోచిస్తున్నాడు.

"నాది ఒక సూచన" అన్నాడు రాజు.

"చెప్పండి" అన్నాడు థామస్.

"కూతురు చనిపోయిన తర్వాత విశ్వనాథన్ పూర్తిగా మారిపోయాడని అన్నారు. పరధ్యానంగా వుండటమే కాక ఒంటిగా, పిచ్చిగా మైళ్ళకి మైళ్ళు నడిచేవాడనీ అన్నారు. అలా ఒకరోజు రైలుపట్టాల వెంబడి నడుస్తుండగా పట్టాల కిందపడి చితికి, చనిపోయిన మనిషి శవాన్ని చూసి ఆ శవానికి తన బట్టలు తొడిగి, తన రిస్టువాచీ పెట్టి, తన పర్సు అతని జేబులోవుంచి వెళితే తనే చనిపోయినట్లు అందరూ అనుకుంటారన్న ఆలోచన అప్పటికప్పుడు కలిగి వుంటుంది."

యుగంధర్ నవ్వాడు. "సారీ రాజూ! నీ సూచన మరీ అధ్వాన్నంగా వుంది. మొదటిది ఆత్మహత్య చేసుకున్నట్లు దొంగసాక్ష్యం సృష్టించాలని ప్రయత్నిస్తున్న విశ్వనాథన్‌కి రైలుపట్టాలమీద శవం కనపడటం కేవలం కాకతాళీయం. ఒకవేళ అలా జరిగినా అడుగుజాడల విషయం ఏమిటి? అతని అడుగుజాడలు ఏమైనాయి? ఒక మనిషి రైలుకిందపడి చనిపోతే అతని బంధువులు అతన్ని గురించి ఆందోళన ఎందుకు పడలేదు? పోలీస్‌కి రిపోర్టు ఎందుకు యివ్వలేదు? నో! నో!" అన్నాడు యుగంధర్.

"అయితే, ఈ రైలు కిందపడి చనిపోయిన మనిషి విశ్వనాథమే అని మనం నిశ్చయించాలి."

యుగంధర్ అయిదు నిముషాలు ఆలోచించి "ఇన్‌స్పెక్టర్! ఆ రైలుపట్టాలకి సమీపంలో రోడ్ వున్నదా?" అడిగాడు.

"ఆ! రైలు పట్టాల పక్కనే నూరుగజాల దూరంలో వుంది రోడ్, శవం కన్పించిన చోటునించి."

"విశ్వనాథన్‌కి డ్రైవింగ్ వచ్చా? రైలుకింద శవం పడిన రోజున కానీ, అంతకుముందు రోజున కానీ విశ్వనాథన్ ఎవరి కారయినా తీసుకున్నాడా? ఈ విషయాలు తెలుసుకోవాలి. మనం యిక్కడ కూర్చుని ప్రయోజనం లేదు" అన్నాడు యుగంధర్.

"నేను కనుక్కోనా?" అడిగాడు ఇన్‌స్పెక్టర్ థామస్.

"అవసరం లేదు. రాజు దర్యాప్తు చేస్తున్నాడు. మీ సహాయం అవసరమైతే మిమ్మల్ని కలుసుకుంటాడు."

✤ ✤ ✤

పెరుమాళ్ వీధిలో నెంబర్ 667 యింటిముందు ఆగాడు రాజు. రెండేళ్ళ క్రితం విశ్వనాథన్ వున్న యిల్లు అది. వసారాలో ముగ్గురు పిల్లలు ఆడుకుంటు న్నారు. పదహారేళ్ళ కుర్రాడు హాలులో పచార్లు చేస్తూ చదువుకుంటున్నాడు. విశ్వనాథన్ చనిపోయిన తర్వాత యింకెవరో ఆ ఇంట్లోకి వచ్చివుండాలి. విశ్వనాథన్ విషయం వాళ్ళకేం తెలుస్తుంది అనుకుని పక్కింటివేపు చూశాడు. పాతికేళ్ళ యువకుడు సైకిల్ తుడుస్తున్నాడు. ఒక ముసలాయన పత్రిక చదువుతున్నాడు. రాజు ఆ యింటికి వెళ్ళాడు. "మీరు యీ యింట్లో చాలాకాలంనించి వుంటున్నారా?" అడిగాడు ఆ ముసలాయన్ని.

రాజుని పరీక్షగా చూసి "ఎందుకు?" అడిగాడు ఆయన.

"పక్కింట్లో విశ్వనాథన్ అనే ఆయన వుండేవాడు రెండేళ్ళక్రితం. ఆయన్ని గురించి కొన్ని విషయాలు తెలుసుకోడానికి."

ముసలాయన నవ్వి "విశ్వనాథన్ పోయి రెండేళ్ళయింది" అన్నాడు.

"ఆ విషయం నాకు తెలుసు. ఆయన చనిపోవడానికి పూర్వ విషయాలు."

"మీ పేరు?"

"రాజు."

"ఇప్పుడెందుకు విశ్వనాథన్ గురించిన వివరాలు?"

"విశ్వనాథన్ చనిపోలేదేమోనని నా అనుమానం" అన్నాడు రాజు.

ఆ ముసలాయన నవ్వి "కూర్చోండి. చాలా విచిత్రంగా వుంది. అయితే మీరు పోలీస్ డిపార్టుమెంట్ మనిషి అయివుండాలి. చూస్తేనే తెలుస్తోందిలెండి. ఏమిటి విశ్వనాథాన్ని గురించి తెలుసుకోవాలి?" అడిగాడు.

"విశ్వనాథన్ రైలుకిందపడి చనిపోయాడనుకున్న రోజుకానీ, అంతకుముందు రోజు కానీ అతను కారులో తిరిగాడా?"

"కారా? మోటార్కారా? నో! నో! కూతురు పోయిన తర్వాత బతుకుమీద విరక్తి కలిగి, మనిషి జీవచ్ఛవంలా వుండేవాడు. కారులో ఎందుకు తిరుగుతాడు? లేదు."

"విశ్వనాథన్‌కి కారు డ్రైవింగ్ తెలుసా?"

"తెలియదు."

"తెలియదని నిశ్చయంగా మీకు తెలుసా?"

"నిశ్చయంగా ఎలా తెలుస్తుంది? కారు లేదు. ఎన్నడూ కారు తోలగా నేను చూడలేదు. అతనికి కారున్న స్నేహితులు కూడా లేరు. అందుకని డ్రైవింగ్ రాదని అన్నాను."

"థాంక్స్. వస్తాను" అని లేచాడు రాజు.

ఊళ్లో వున్న ప్రైవేట్ టాక్సీల వాళ్ళనీ, మోటార్ వర్క్‌షాపుల వాళ్ళనీ అడిగాడు. విశ్వనాథన్ యెవరి దగ్గిరా మోటారుకారు అద్దెకు తీసుకున్నట్లు సూచనగానైనా తేలలేదు. తను చేసిన దర్యాప్తు వివరాలు యుగంధర్‌కి చెప్పాడు.

"మన అనుమానం తప్పయివుండవచ్చు రాజూ! రైలుకిందపడి చనిపోయిన మనిషి విశ్వనాథనే అయ్యుంటాడు. ఇక మనం యీ వూళ్ళో చెయ్యవలసినదేమీ లేదు. మద్రాసులో ఇన్‌స్పెక్టర్ స్వరాజ్యరావు దర్యాప్తు యెంతవరకు వచ్చిందో తెలుసుకోవాలి. హంతకుడు ఎవరయినా, మద్రాసులోనే హత్య జరిగింది కనుక దర్యాప్తు అక్కడే చెయ్యాలి. వెంటనే బయలుదేరుదాం" అన్నాడు యుగంధర్.

రాజు సామానులన్నీ కారులో పెట్టాడు.

యుగంధర్ ఇన్‌స్పెక్టర్ థామస్‌కి టెలిఫోన్ చేసి మద్రాసు వెళ్ళిపోతున్నామని చెప్పాడు.

"సారీ! మీరు వచ్చినపని కాలేదన్న మాట" అన్నాడు థామస్.

యుగంధర్ నవ్వి "మన వృత్తిలో పనులు అంత సులభంగా కావని మీకూ తెలుసుగా?" అని టెలిఫోన్ పెట్టేశాడు.

భోజనాలు చేసి, హోటలు బిల్లు చెల్లించి, బయలుదేరేటప్పటికి తొమ్మిది గంటలయింది.

"మీరు వెనుకసీటులో పడుకోండి" అన్నాడు రాజు.

యుగంధర్ నవ్వి "పడుకుంటాను. కాని నీకు నిద్ర వస్తే నన్ను లేపు" అన్నాడు.

రాజు సిగిరెట్ వెలిగించి కారు స్టార్ట్ చేశాడు. బాగా వెడల్పయిన రోడ్. నలభై మైళ్ల స్పీడ్‌న డ్రైవ్ చేస్తున్నాడు. అంతకన్నా వేగంగా వెళితే ఎప్పుడయినా

బ్రేక్ వెయ్యవలసి వస్తే యుగంధర్ నిద్ర లేస్తాడేమోనని ఎక్కువ స్పీడు పెట్టలేదు. చాలా జాగ్రత్తగా డ్రైవ్ చేస్తున్నాడు. చల్లగాలి కిటికీలోంచి రయ్‌మని వీస్తోంది. అద్దంపైకి ఎత్తాడు రాజు. ఫర్లాంగులు మైళ్ళుగా మారుతున్నాయి. పన్నెండు గంటలు కావస్తోంది. దాదాపు డెబ్బై మైళ్ళు ప్రయాణం చేశారు. ఈసారి ఏదయినా వూరు వస్తే అయిదు నిముషాలు కారు ఆపి, ఓ కప్పు టీ తాగాలను కున్నాడు రాజు. అంతలో వెనకనించి ఒక కారు హెడ్‌లైట్స్ ఆరి, ఆరి వెలుగుతుండడం గమనించాడు. హారన్ మోగిస్తూ తన కారుని దాటి ముందుకి వెళ్ళడానికి సైడ్ అడుగుతున్నాడు.

రాజు స్పీడు తగ్గించి తన కారు ప్రక్కకి పోనిచ్చాడు.

వెనక వస్తున్న కారు దగ్గిరికి వస్తోంది. పక్కగా వచ్చింది.

ఢాం! ఢాం! ఢాం! చెవులు చిల్లులు పడే శబ్దం.

అరక్షణంపాటు ఏం జరుగుతున్నదో రాజు గ్రహించలేకపోయాడు.

"ఏమిటి?" అంటూ యుగంధర్ కేక వెయ్యగానే "అద్దం తియ్యవద్దు" అని కేకేశాడు రాజు.

వెనకనించి వచ్చిన కారు వెళ్ళిపోయింది.

"రాజూ! ఆపు. ఏమిటి జరిగింది?" అడిగాడు యుగంధర్.

రాజు కారు ఆపలేదు కాని స్పీడు బాగా తగ్గిపోయి, ఆగిపోయింది.

"ఎవరో వెనకనించి వేగంగా వచ్చి సైడ్ అడిగితే యిచ్చాను. మన కారుని దాటిపోతూ పక్కగా వచ్చి, కారులోకి వెనకసీటువైపు ముందు సీటువైపు పిస్తోలు పేల్చారు. మన కారు కిటికీ అద్దాలు బులెట్ ప్రూఫ్ అద్దాలు కనుక యిద్దరం బతికి వున్నాం" అన్నాడు రాజు.

యుగంధర్ లేచికూర్చొని, రోడ్‌వంక చూస్తూ "స్పీడ్‌గా వెళ్ళి ఆ కారుని అందుకో" అన్నాడు.

"సారీ! ఏమైందో తెలియదు. కారు ఆగిపోయింది" అన్నాడు రాజు.

"అలాగా!" అంటూ యుగంధర్ సిగిరెట్ వెలిగించి కారు తలుపు తీయబోయాడు.

"ఆగండి. కారు తలుపు తెరవవద్దు" అరిచాడు రాజు.

"ఏం! ఆ కారు వెళ్ళిపోయిందిగా!"

"ఆ హంతకుడి తాలూకు మనుషులు యీ ప్రాంతాల ఎక్కడయినా దాక్కుని వుండవచ్చు."

"అయితే ఏం చేద్దాం? కారులో కూర్చునుంటే మాత్రం ప్రమాదం లేదా?"

"నేను దిగి చూస్తాను."

"నీకు ప్రమాదం లేదా?" అంటూ యుగంధర్ తలుపు తెరిచి రోడ్‌మీద నిలబడ్డాడు. ఒక చేతిలో పిస్తోలు, రెండోచేతిలో టార్చిలైటు పట్టుకున్నాడు. రాజుకూడా కారులోంచి దిగాడు. అతని చేతిలోనూ పిస్తోలున్నది. అయిదు నిముషాలపాటు రోడ్ అంతా టార్చివెలుగులో కలయచూశారు. ఎవరూ లేరు.

"చూడు ఏమైందో?" అన్నాడు యుగంధర్.

రాజు టార్చి వెలిగించి నాలుగుచక్రాలూ చూశాడు. బాగానే వున్నాయి. తర్వాత బానెట్ చూశాడు. ఎక్కడా చిల్లి లేదు. చటుక్కున కారెక్కి ఇగ్నీషన్ స్విచ్ తిప్పి, పెట్రోల్ గేజ్ చూశాడు. ఎంప్టీ చూపిస్తోంది. "పెట్రోల్‌టాంక్‌కి గుండు తగిలి వుండాలి. పెట్రోల్ అంతా కారిపోయింది" అన్నాడు.

"పక్కకి వచ్చిన తర్వాత కదా షూట్ చేశారు! పెట్రోల్ టాంక్‌కి ఎలా దెబ్బ తగిలింది?"

"ఏమో! కాస్త వెనకనించే షూట్ చేశారేమో!"

"టిన్‌లో వేరే పెట్రోల్ వున్నదా?" అడిగాడు యుగంధర్.

"ఆ! క్షణంలో స్టార్టుచేస్తాను" అని వెనక లగేజ్ బూట్‌లోంచి పెట్రోల్ టిన్ తీసుకుని ముందు సీటులో పెట్టాడు రాజు. ఒక రబ్బర్ ట్యూబ్ కార్బరేటర్‌కి కనెక్టు చేసి రెండవకొన టిన్‌లో పడేశాడు. "మీరు ముందు సీటులో కూర్చుని టిన్ బాగా పైకి ఎత్తి పట్టుకోవాలి" అన్నాడు.

యుగంధర్ ముందుసీటులో కూర్చున్నాడు. రాజు కారు స్టార్టు చేశాడు.

"ఈ పెట్రోల్‌తో ఎంతదూరం వెళ్ళగలం?" అడిగాడు యుగంధర్.

"ఇది పదిలీటర్ల డబ్బా. దాదాపు నలభై మైళ్ళు వెళతాం."

యుగంధర్ రోడ్‌మాపు తీసి, డాష్‌బోర్డు లైటులో పరీక్ష చేసి "ఇరవైరెండు మైళ్ళ దూరంలో ఒక వూరున్నది. అక్కడ పెట్రోలు బంక్ వున్నది. మోటారు వర్కుషాపు కూడా వున్నది" అన్నాడు.

"థాంక్‌గాడ్" అన్నాడు రాజు.

10

పెట్రోల్ బంక్ మనిషే వెళ్ళి మెకానిక్‌ని పిలుచుకు వచ్చాడు.

పెట్రోల్‌టాంక్ విప్పి, తీసుకువెళ్ళి వెల్డ్‌చేసి, గంటలో తీసుకువస్తానని చెప్పాడు మెకానిక్.

రాజూ, యుగంధరూ పెట్రోల్ బంక్‌లో కూర్చున్నారు.

"హంతకుడు మనల్ని వెంటాడుతున్నాడన్న మాట!" అన్నాడు రాజు.

యుగంధర్ చాలా దీర్ఘంగా ఆలోచిస్తూ రాజు ప్రశ్నకి జవాబు చెప్పలేదు. అరగంట గడిచిపోయింది.

"రాజూ! టాంక్‌రిపేర్ చేసుకుని మనం వెనక్కి వెళదాం" అన్నాడు యుగంధర్.

"ఎందుకు?"

"చెపుతాను. నాకు ఓ ఆలోచన స్ఫురించింది" అన్నాడు యుగంధర్.

గంట తర్వాత యిద్దరు డిటెక్టివ్‌లూ కోయంబత్తూర్‌కి బయలుదేరారు.

✣ ✣ ✣

తెలతెలవారుతుండగా హిల్‌సైడ్ హోటలు ముందు రాజు క్రిజ్లర్‌కారు ఆపాడు.

"అప్పుడే తిరిగి వచ్చేశారా? ఈ మాత్రం దానికి గది ఎందుకు ఖాళీ చేశారు?" అడిగాడు హోటలు గుమాస్తా.

"తిరిగి వద్దామని అనుకోలేదు" చెప్పాడు యుగంధర్.

గదిలోకి వెళ్ళగానే యుగంధర్ టెలిఫోన్ తీశాడు. "హల్లో! ఇన్‌స్పెక్టర్ థామస్ వున్నారా?" అడిగాడు.

"ఉన్నారు. నిద్రపోతున్నారు" ఎవరో కుర్రాడు జవాబు చెప్పాడు.

"వెంటనే పిలవాలి."

"ఎవరు మాట్లాడుతున్నది?"

"విశ్వనాథన్."

"అయ్యగారు నిద్రపోతున్నారు. లేపితే తిడతారు."

పదినిముషాల తర్వాత "హల్లో! ఇన్‌స్పెక్టర్ థామస్ స్పీకింగ్! ఎవరు?" అడిగాడు అవతలనించి.

"విశ్వనాథన్" అన్నాడు యుగంధర్ గొంతు మార్చి.

"విశ్వనాథనా? ఏ విశ్వనాథన్?"

"మంగళ తండ్రిని. యుగంధర్నీ, రాజునీ చంపేశాను."

నిముషంపాటు నిశ్శబ్దం.

"నాకెందుకు టెలిఫోన్ చేస్తున్నావు? దగ్గిరున్న పోలీస్‌స్టేషన్‌కి వెళ్ళి చెప్పు."

"ఇదేమిటి థామస్! విచిత్రంగా మాట్లాడుతున్నావు? వాళ్ళని చంపెయ్యగానే టెలిఫోన్ చెయ్యమన్నావుగా?"

"అలాగా! ఎక్కణ్ణించి మాట్లాడుతున్నావు? వస్తాను."

"టవర్ క్లాక్‌కి ఎదురుగా వున్న టెలిఫోన్ బూతులోంచి."

"ఆల్‌రైట్! అక్కడే వుండు వస్తాను" అని థామస్ టెలిఫోన్ పెట్టేశాడు.

"రాజూ! పద!" అన్నాడు యుగంధర్ పిస్తోలు జేబులో వేసుకుని. టవర్‌క్లాక్ హోటలునించి అరఫర్లాంగు దూరం కూడా లేదు. యుగంధర్, రాజు కాలినడకన బయలుదేరారు. వాళ్ళిద్దరూ టవర్‌క్లాక్ దగ్గిరికి చేరుకునే సమయానికి ఓ పోలీస్ జీప్ వచ్చి టెలిఫోన్ బూత్ వద్ద ఆగింది. యుగంధర్, రాజు కాస్త దూరంలో వీధి దీపస్తంభం వెనుక నిలబడి చూస్తున్నారు.

అయిదు నిముషాలలో పోలీస్ వ్యాన్ వచ్చింది. అందులోంచి డజనుమంది పోలీస్ కానిస్టేబుల్స్ దిగారు. జీపులోంచి దిగిన యిన్‌స్పెక్టర్ థామస్‌కి సెల్యూట్ చేశారు. ఈ చుట్టుపక్కల వెతకండి. ఈ ప్రాంతాల ఎవరు కనిపించినా సంకెళ్ళు తగిలించి, స్టేషన్‌కి తీసుకువెళ్ళి లాకప్‌లో పడేయండి" అని "జాగ్రత్త! చాలా ప్రమాదకరమైన మనిషి. ప్రాణానికి తెగించినవాడు" అని ఇన్‌స్పెక్టర్ థామస్ జీపు ఎక్కాడు.

యుగంధరూ, రాజూ దీపస్తంభం వెనకనుంచి జరిగి రోడ్‌మీదికి వచ్చారు. వాళ్ళిద్దర్నీ చూసి నలుగురు పోలీస్‌లు పరిగెత్తుకు వచ్చారు.

"చేతులెత్తండి" అరిచాడు ఓ కానిస్టేబుల్.

"చేతులు ఎత్తు రాజూ" అన్నాడు యుగంధర్.

రాజునీ, యుగంధర్నీ పోలీసులు చుట్టేశారు. ఇద్దరు కానిస్టేబుల్స్ ముందుకి జరిగి యిద్దరి చేతులకీ సంకెళ్లు బిగించారు.

"వాట్‌యీజ్ దిస్ నాన్సెన్స్?" అన్నాడు రాజు.

యుగంధర్ మాట్లాడలేదు.

"ఊ! పదండి" అని రాజుని కానిస్టేబుల్ ముందుకి తోశాడు.

"ఎవరనుకున్నావు? ఈ సంకెళ్ళు తియ్యి" అన్నాడు రాజు.

"రాజూ! వూరుకో. వీళ్ళని ఏమీ అని ప్రయోజనం లేదు. ఇన్‌స్పెక్టర్ వీళ్ళకి యిచ్చిన ఆదేశం నువ్వూ విన్నావుగా! పద" అన్నాడు యుగంధర్.

యుగంధర్నీ, రాజునీ వ్యాన్‌లో యెక్కించి పోలీస్‌స్టేషన్‌కి తీసికెళ్ళారు. పోలీస్‌స్టేషన్‌లో రైటర్ సార్జంటుని ప్రశ్నార్థకంగా చూశాడు.

"ఇన్‌స్పెక్టర్ వీళ్ళని లాకప్‌లో పెట్టమన్నారు. ఆయన వచ్చి వీళ్ళ విషయం చూస్తానన్నారు" అన్నాడు సార్జంటు.

"నేను స్టేట్‌మెంట్ యిస్తాను" అన్నాడు యుగంధర్.

"సారీ! ఇన్‌స్పెక్టర్ వచ్చిన తర్వాత ఆయనకి చెప్పండి. రండి"అని యుగంధర్ని ముందుకి తోశాడు సార్జంటు.

రాజు పళ్ళు పటపట కొరుకుతున్నాడు. యుగంధర్ నవ్వుతూ ముందుకి నడిచాడు. రాజునీ, యుగంధర్నీ సెల్‌లోకి తోసి, తలుపు గడియపెట్టి తాళం వేశాడు సార్జంటు.

"ఇదేమిటి?" అన్నాడు రాజు.

యుగంధర్ నవ్వి "తమాషా చూద్దాం. ఏం జరుగుతుందో!" అన్నాడు.

తెల్లారింది. రెండుకప్పుల టీ తెచ్చి వాళ్ళిద్దరికీ యిచ్చాడు ఓ కానిస్టేబుల్. పదిగంటలు దాటిన తర్వాత ఇన్‌స్పెక్టర్ వచ్చాడు. కానిస్టేబుల్ సెల్ తాళం తీసి, ఇద్దరు డిటెక్టివ్‌లనీ తీసుకువెళ్ళి, ఇన్‌స్పెక్టర్ గదిబయట నిలుచోపెట్టి "ఇన్‌స్పెక్టర్ బిజీగా వున్నారు. కాసేపుండాలి" అన్నాడు.

రాజు ఏదో అనబోయాడు. యుగంధర్ రాజుని మాట్లాడవద్దని సంజ్ఞ చేశాడు.

అయిదు నిముషాల తర్వాత ఇన్‌స్పెక్టర్ కేకేశాడు వాళ్ళని తీసుకురమ్మని.

యుగంధర్నీ, రాజునీ ఇన్‌స్పెక్టర్ గదిలోకి తీసికెళ్ళాడు కానిస్టేబుల్. ఇన్‌స్పెక్టర్ బల్లమీద కాగితాలు చూసుకుంటూ వెంటనే తల ఎత్తలేదు. కాసేపయిన తర్వాత తలఎత్తి యుగంధర్ని చూసి చటుక్కున లేచి నిలుచుని చెయ్యిజాపి “హల్లో యుగంధర్! ఎప్పుడు తిరిగివచ్చారు? రాత్రి వూరికి వెళ్ళలేదా?” అడిగాడు.

కానిస్టేబుల్ తెల్లపోయి చూస్తున్నాడు.

“రాత్రే తిరిగి వచ్చేశాము.”

“కూర్చోండి! నిలుచునే వున్నారేం?” అని యుగంధర్ చేతికున్న సంకెళ్ళని చూసి “వాట్ యీజ్‌దిస్?” అడిగాడు.

“మీ కానిస్టేబుల్‌నే అడగండి” అన్నాడు యుగంధర్.

“ఏమిటది?” అడిగాడు థామస్ కానిస్టేబుల్‌ని.

“రాత్రి టవర్‌క్లాక్ దగ్గిర వీళ్ళిద్దర్నీ పట్టుకున్నాం సార్.”

“వీళ్ళిద్దర్నా? అంటే రాత్రినించీ వీళ్ళిద్దర్నీ లాకప్‌లో వుంచారా? డఫర్స్! స్టుపిడ్స్! వీళ్ళెవరనుకున్నారు? డిటెక్టివ్ యుగంధర్, ఆయన అసిస్టెంటు రాజు. ఐ.జి.కి ఆప్తమిత్రులు. నీ ఉద్యోగమూ, నా ఉద్యోగమూ వూడతాయి. ఊ! అలా చూస్తావేం! ఆ సంకెళ్ళు తీసెయ్యి. క్విక్” అని యుగంధర్ వైపు తిరిగి “యుగంధర్! థౌజండ్ అపాలజీస్. మిమ్మల్ని పట్టుకోగానే ఎందుకు నాకు టెలిఫోన్ చెయ్యలేదు? మీరు టవర్‌క్లాక్ దగ్గిరికి ఎందుకు వెళ్ళారు? వెళ్ళినవాళ్ళు నన్నెందుకు కలుసుకోలేదు?” అడిగాడు.

“విశ్వనాథన్ కానీ, విశ్వనాథన్‌కి సహాయం చేస్తున్న మనిషి కానీ కనిపిస్తాడేమోనని అక్కడికి వెళ్ళాము.”

“అంటే యెవరో మీకూ టెలిఫోన్ చేశారన్న మాట. రాత్రి నాకెవరో టెలిఫోన్ చేసి తను విశ్వనాథన్ అనీ, మిమ్మల్నీ, రాజునీ చంపేశాననీ చెప్పాడు. నేను నమ్మలేదు. ఎక్కణ్ణించి మాట్లాడుతున్నావని అడిగాను. టవర్‌క్లాక్

టెలిఫోన్ బూత్‌లోంచి అని చెప్పగానే పోలీసు బలగంతో వెళ్ళాను. విశ్వనాథన్ కనిపించలేదు" అన్నాడు థామస్ గుక్కతిప్పుకోకుండా.

"యస్! యస్! ఇందులో మీ తప్పుకానీ, మీ పోలీస్ కానిస్టేబుల్స్ తప్పు కానీ ఏమీలేదని తెలుసు" అనుమానంగా అన్నాడు యుగంధర్ సిగిరెట్ వెలిగించి.

"ఇంతకీ మీరెందుకు తిరిగివచ్చారు?" అడిగాడు థామస్.

"కార్ ట్రబుల్ యిచ్చింది. వస్తాము" అని యుగంధర్ లేచాడు.

"ఒన్స్ ఎగెయిన్ మై సిన్సియర్ అపాలజీస్" అన్నాడు ఇన్‌స్పెక్టర్ థామస్.

"దటీజ్ ఆల్‌రైట్" అని యుగంధర్, రాజు వెళ్ళిపోయారు.

11

యుగంధర్, రాజూ హోటలు గదిలో కాఫీ తాగుతున్నారు.

"విశ్వనాథన్‌కీ, థామస్‌కీ ఏదో సంబంధం వుందని మీ అనుమానమా?" అడిగాడు రాజు.

"అలా అనుమానించడానికి ఆధారాలున్నాయి కదూ? విశ్వనాథన్ ఆత్మహత్య దర్యాప్తు చేసినది థామస్. ఆ కేసులో అతను చేసిన దర్యాప్తు వివరాలు చదివితే అసమర్థుడయిన ఇన్వెస్టిగేటింగ్ ఆఫీసర్ చేసినట్లు కనిపిస్తుంది. థామస్ అసమర్థుడు కాడని అతని సర్వీస్ రికార్డుని బట్టి తెలుస్తోంది. రైలుపట్టాల కింద పడి చనిపోయిన మనిషి విశ్వనాథన్ అయినదీ, కానిదీ నిర్ధారణ చేసేందుకు అవకాశం వున్నా థామస్ దర్యాప్తులో తేలలేదు. ఎందువల్ల?" అన్నాడు యుగంధర్.

"అదే తర్కంతో ఆలోచిద్దాం. రైలుకింద పడిన మనిషి విశ్వనాథన్ అని తన దర్యాప్తులో నిర్ధారణ చెయ్యగల అవకాశం వున్నా థామస్ ఎందుకు అలా చెయ్యలేదు? విశ్వనాథన్ మరణించినట్లు అందరూ అనుకోవాలని థామస్ ఉద్దేశించి వుంటే దొంగసాక్ష్యం సృష్టించయినా అలా నివారణ చేసేవాడుగా!" అన్నాడు రాజు.

"దొంగసాక్ష్యం సృష్టించడానికి అవకాశం వుండి వుండదు. థామస్ ఒక్కడే ఒంటిగా వెళ్ళి ఆ కేసు దర్యాప్తు చెయ్యలేదేమో! మిగతా ఆఫీసర్లు, అసిస్టెంట్స్ కూడా వుండివుంటారు."

"విశ్వనాథన్ ఆత్మహత్య చేసుకుని చనిపోయినట్లు తేల్చడంలో థామస్‌కి ఏమిటి ప్రయోజనం?"

"అది తెలిస్తే కేసే తేలిపోతుంది. ఆ విషయమే యిప్పుడు మనం ఆరా తియ్యాలి."

"థామస్‌ని మీరు అనుమానించడానికి యింకేమయినా కారణం వున్నదా?"

"నిన్నరాత్రి మనల్ని చంపడానికి జరిగిన ప్రయత్నం. మనం కారులో మద్రాసుకి బయలుదేరామని థామస్‌కి ఒక్కడికే తెలుసు."

"మనహోటలు ముందు కాపు కాచి మనల్ని వెంటాడిన మనిషి యింకెవరో అయివుండవచ్చుగా?"

"అయ్యుండవచ్చు. అందుకే థామస్‌కి టెలిఫోన్ చేసి విశ్వనాథంలా మాట్లాడాను."

"విశ్వనాథన్ బతికివున్నట్లు తెలిసి అతనితో కలిసి గూడుపుఠానీ చేస్తున్నట్లు థామస్ మాట్లాడాడా?"

"లేదు. అతని వైఖరి మాట్లాడుతున్నది విశ్వనాథన్ కాదని అతనికి తెలిసినట్లున్నది. అంతేకాదు, తర్వాత జరిగిన సంఘటనలని బట్టి ఫోన్‌లో మాట్లాడినది నేనని అతను గ్రహించాడనీ తెలుస్తోంది."

"ఎలా?" అడిగాడు రాజు.

"విశ్వనాథనో, మరెవరో అతనికి టెలిఫోన్ చేశారు యుగంధర్నీ, రాజునీ చంపానని. ఆ ఫోన్ చేసిన మనిషిని పట్టుకునేందుకు పోలీస్ బలగంతో వెళ్ళాడు థామస్. ఎవరయినా కనిపిస్తే తీసికెళ్ళి లాకప్‌లో పెట్టమని చెప్పి అక్కడ వుండకుండా ఎందుకు వెళ్ళిపోయాడు? పోనీ ఏదో అవసరముండి వెళ్ళిపోయినా ఎవరో యిద్దర్ని పట్టుకున్నారని తెలియగానే పోలీస్‌స్టేషన్‌కి వెళ్ళి విచారించకుండా తాత్సారం చేస్తాడా? పోలీసులు మనల్ని పట్టుకుంటారనీ, ఓరాత్రి మనల్ని లాకప్‌లో పెట్టి మనకి బుద్ధి చెప్పాలనీ అలా చేశాడనిపిస్తోంది."

రాజు రెండు నిముషాలు మౌనంగా వుండి "విశ్వనాథన్‌లా మీరు టెలిఫోన్‌లో మాట్లాడినపుడు థామస్ మీ గొంతు గుర్తుపట్టి, తనని మీరు అనుమానిస్తున్నారని గ్రహించి, కోపం వచ్చి అలా చేసి వుండవచ్చుగా!" అన్నాడు.

"అతని ప్రవర్తన నాకు నచ్చలేదు" అన్నాడు యుగంధర్ మేకప్ బాక్స్ తెచ్చిబల్లమీద పెడుతూ.

"ఇదెందుకు?" అడిగాడు రాజు.

"చూస్తూ వుండు" అని యుగంధర్ మేకప్ బాక్స్‌లోంచి క్రేవ్‌హేర్, స్పిరిట్ గమ్ తీసి మొహం మార్చుకోవడం ప్రారంభించాడు.

"నేనుకూడా వేషం మార్చుకోవాలా?" అడిగాడు రాజు.

"అవసరం లేదు. నువ్వు ఇక్కడే హోటల్లోనే వుండాలి."

"మీరెక్కడికి? మిమ్మల్ని ఇంకా కొంతకాలం విశ్రాంతి తీసుకోమని డాక్టర్ చెప్పాడు. నేను వెళతాను. నాకు చెప్పండి."

యుగంధర్ నవ్వి "నా ఆరోగ్యం సరిగానే వుంది రాజూ! ఖంగారుపడక. నేను ఇన్‌స్పెక్టర్ థామస్ ఇంటికి వెళుతున్నాను" అన్నాడు.

"మీరు అనుమానపడుతున్నట్లు థామస్, విశ్వనాథన్ కలిసి యీ హత్యలు చేసివుంటే మీరు ఒంటిగా అక్కడికి వెళ్ళడం ప్రమాదం."

యుగంధర్ మళ్ళీ నవ్వి "ప్రమాదాలు నాకు క్రొత్తకాదు కదూ!" అని మేకప్ బాక్స్ మూసేసి, లేచి నిలుచుని అద్దంలో చూసుకుని రాజువైపు తిరిగి "చెప్పు! నన్ను ఎవరైనా గుర్తుపట్టగలరా?" అడిగాడు.

నెరసిన గెడ్డం, మీసాలు, జుట్టుకు అక్కడక్కడ తెల్లరంగు, గుబురు కనుబొమలు, చెవులమీద వెంట్రుకలు, కళ్ళకి అద్దాలు, ముక్కుమీద మచ్చ.

"గుర్తుపట్టడం కష్టమే" అన్నాడు రాజు.

"అప్పుడే! దుస్తులు కూడా మార్చనీ..." అని పెట్టెలోంచి ఒక పంచె, లాల్చీ తీశాడు. మొలలో రివాల్వర్ దోపుకుని పర్సు జేబులో పెట్టుకుని "రాజూ! నేను సాయంకాలం లోపున రాకపోతే నువ్వు వున్నత పోలీస్ ఉద్యోగులని కలుసుకుని థామస్ యింటికి రా" అని యుగంధర్ వెళ్ళిపోయాడు.

12

యుగంధర్ వెళ్ళిపోయి గంట అయ్యింది. రాజు గదిలో పచార్లు చేస్తున్నాడు. అయిదు నిముషాలకోసారి టెలిఫోన్ వైపు చూస్తున్నాడు. తను అక్కడే, ఆ గదిలోనే వుండాలి. బయటికి వెళ్ళడానికి వీల్లేదు. యుగంధర్‌కి

తన సహాయం అవసరమై టెలిఫోన్ చెయ్యవచ్చు. ఏదో వంకన ఇన్‌స్పెక్టర్ థామస్‌కి టెలిఫోన్ చేద్దామా అని ఆలోచించాడు. థామస్ పోలీస్‌స్టేషన్‌లో డ్యూటీలో వున్నాడని తెలిస్తే కొంతలో కొంత మనస్సుకి శాంతి కలుగుతుంది. యుగంధర్ పథకం ఏమిటో, ఏం చేయడానికి వెళ్ళాడో తెలియకుండా తను ఫోన్ చెయ్యడం తప్పు. ఓపికగా కాచుకోవాలి అనుకొని సిగిరెట్ తర్వాత సిగిరెట్ తాగుతున్నాడు.

ఇంకోగంట గడిచింది. అంతలో తలుపు చప్పుడయింది.

"ఎవరు?" అడిగాడు రాజు.

"యుగంధర్‌గారున్నారా?" స్త్రీ కంఠస్వరం.

"ఎవరు?" అడిగాడు రాజు.

"నా పేరు జమున..."

రాజు తలుపు తీశాడు. కళ్ళు జిగేలుమనిపించే అందం. పాతికేళ్ళ యువతి నిలబడి రాజుని చూసి చిన్నగా నవ్వి "మీరేనా యుగంధర్?" అడిగింది.

"ఏం పనిమీద వచ్చారు?" అడిగాడు రాజు ఆమెప్రశ్నకు సమాధానం చెప్పకుండా.

"పనున్నది కనుకే వచ్చాను..."

"యుగంధర్ యీ హోటల్లో వున్నారని మీకెవరు చెప్పారు?"

"ఇన్‌స్పెక్టర్ థామస్ ద్వారా తెలిసింది."

ఆ పేరు వినగానే రాజు జేబులో చెయ్యిపెట్టి, పిస్తోలు పట్టుకుని "రండి" అన్నాడు తలుపుకి అడ్డం తొలగి. ఆమె వొయ్యారంగా లోపలికి వచ్చి కూర్చున్నది. లేత ఆకుపచ్చ నైలాన్ చీర, ముదురు ఆకుపచ్చ జాకెట్టు, ఆకుపచ్చ చెప్పులు, ఆకుపచ్చ గాజులు... పెదిమలకి ఎర్రరంగు, రెండుజడలు, రెండు జడలూ చెరొకవైపు పైకెత్తి కట్టింది. ఆ జడలలో పెట్టుకున్న మల్లెపువ్వుల దండలు భుజాలమీద పడుతున్నాయి.

"నా ప్రశ్నకి మీరు జవాబు చెప్పలేదు. మీరేనా యుగంధర్?" అడిగిందామె నవ్వుతూ. నవ్వగానే అందమైన పళ్ళవరస తళతళ మెరిసింది.

"కాదు. నా పేరు రాజు. యుగంధర్ అసిస్టెంట్‌ని."

"యుగంధర్‌గారు బయటికి వెళ్ళారా?"

"అవును."

"ఎప్పుడు వస్తారు?"

"తెలియదు."

ఆమె నిట్టూర్చింది.

"నేనింత దూరం చచ్చిచెడి రావడం వృధా అయిందన్న మాట" అన్నది.

"మీరు వచ్చిన పనేమిటో నాకు చెప్పకూడదా?" అడిగాడు రాజు.

ఆమె రాజుని పరీక్షగా చూసి "నేనొక చిక్కులో పడ్డాను. నాకు సహాయం చేస్తారేమోనని వచ్చాను" అన్నది.

"ఏమిటా సహాయం?"

"నా భర్తనించి నాకు విడాకులు కావాలి. ఏర్పాటు చేస్తారేమోనని."

"మేము విడాకుల కేసులు తీసుకోము."

"హత్యకేసులు?"

"అంటే?"

"నా భర్త హంతకుడు. ఒక మనిషిని హత్య చేశాడని నేను ఋజువు చెయ్యగలను."

"ఓహో! హత్యానేరం మీద మీ భర్త శిక్షింపబడితే విడాకులు సులభంగా తీసుకోవచ్చనా?"

ఆమె తల వూపింది.

"అయితే యుగంధర్‌గారి దగ్గిరికి ఎందుకు రావడం? పోలీసులకి చెప్పండి."

"పోలీసులకి చెప్పడానికి వీల్లేదు."

"ఎందువల్ల?"

"నేను పోలీసుల దగ్గిరికి వెళితే వెంటనే నా భర్తకి తెలుస్తుంది. నన్ను హత్య చేస్తాడు."

"మిమ్మల్ని మా దగ్గిరికి పంపిన ఇన్‌స్పెక్టర్ థామస్ వున్నాడుగా! ఆయనకి చెప్పండి."

"అమ్మో! ఆయనే! మావారికి ప్రాణస్నేహితులు. ఇంకేమైనా వుందా? నా భర్త, థామస్ మాట్లాడుకుంటుండగా విన్నాను యుగంధర్‌గారు యీ హోటల్లో దిగారని."

"మీరు మా దగ్గిరికి వచ్చారని వాళ్ళకి తెలిస్తే ప్రమాదం కదూ?" అడిగాడు రాజు.

"మీ దగ్గిరికి వస్తున్నట్లు తెలియకుండా వచ్చాను. ఈ హోటల్లో నా స్నేహితురాలి పెళ్ళి రిసెప్షన్ జరుగుతోంది. ఆ రిసెప్షన్‌కి వచ్చాను."

రాజు ఆమెని పరీక్షగా చూసి "మీ భర్త చేసిన హత్యగురించి వివరాలు చెప్పండి" అడిగాడు.

ఆమె నోరు తెరవగానే టప్ అని చప్పుడయింది.

అంతే! తెరిచిన నోరు అలాగే వుంది, కళ్ళు తేలేసి వెనక్కి పడిపోయింది.

క్షణంపాటు యేం జరిగిందో రాజుకి తెలియలేదు. "ఏమైంది?" అని అరిచాడు. అరుస్తూనే గ్రహించాడు ఎవరో ఆమెని పిస్తోలుతో కాల్చారని. ఒక్క పరుగు తీశాడు తలుపు దగ్గిరికి.

తలుపు లోపల గడియపెట్టలేదు. లాగాడు. తెరుచుకోలేదు. బలంగా లాగాడు. ప్రయోజనం లేకపోయింది. గట్టిగా తన్నాడు. విరగలేదు.

"ఏమిటీ గొడవ? వాటీజ్ ది మేటర్?" ఎవరో బయటినించి అడిగారు.

"తలుపు తియ్యండి"

తలుపు తెరవగానే రాజు వసారాలోకి వెళ్లి తలుపు బయట గడియపెట్టి "మీరెవరు?" అడిగాడు.

"నేను పక్కగదిలో వుంటున్నాను."

"ఈ గదితలుపు దగ్గిర ఎవరయినా నిలబడి వుండడం చూశారా?"

"లేదు. మీ గదిలో ఏదో చప్పుడు వినిపిస్తే బయటికి వచ్చాను."

"ప్లీజ్! మీరు ఇక్కడే వుండండి. ఎవర్నీ లోపలికి వెళ్ళనివ్వవద్దు. హత్య జరిగింది. నేను వెళ్ళి పోలీసులకి ఫోన్ చేస్తాను" అని రాజు పరిగెత్తాడు.

దోవలో హోటల్ కుర్రాళ్ళను అడిగాడు తన గది దగ్గిరికి ఎవరయినా రావడం చూశారా అని. మేనేజర్ని అడిగాడు తన గది నెంబర్ ఎవరయినా

అడిగి తెలుసుకున్నారా అని. ఎవరూ అడగలేదని చెప్పాడు ఆయన. తను ఒక్కడూ హోటల్లో వెతికి ప్రయోజనం లేదని నిశ్చయించుకుని పోలీస్ హెడ్‌క్వార్టర్స్‌కి టెలిఫోన్ చేసి రిపోర్టు చేశాడు.

తనే వస్తున్నానని సూపరింటెండెంట్ చెప్పాడు.

✤ ✤ ✤

పది నిముషాలలో పోలీస్ వ్యాన్ వచ్చి హోటలు ముందు ఆగింది. డాక్టరూ, ఫోటోగ్రాఫర్లు, పోలీసులూ దిగారు. హోటల్ మేనేజర్ హత్య జరిగిన గదిలోకి వాళ్ళని తీసుకువెళ్ళాడు.

గది బైట నిలుచున్న రాజుని చూసి సూపరింటెండెంటు "మీతోపాటు మద్రాసునించి ఈ వూరికి హంతకుల్ని తీసుకువచ్చారా, లేక మీరు రాగానే హత్యలు ఇక్కడ ప్రారంభం అయ్యాయా?" అడిగాడు నవ్వుతూ.

సూపరింటెండెంట్ వెనకే వచ్చిన ఇన్‌స్పెక్టర్ థామస్‌ని చూడగానే రాజు మొహం గంభీరమైంది. "మీతో విడిగా ఒక క్షణం మాట్లాడాలి" అన్నాడు సూపరింటెండెంట్‌తో.

"ఆల్‌రైట్! ఆలోగా వీళ్ళు దర్యాప్తు చేస్తూ వుంటారు."

"ప్లీజ్! మీతో మాట్లాడేటంతవరకూ గదిలోకి ఎవర్నీ వెళ్ళనివ్వవద్దు" అన్నాడు రాజు.

సూపరింటెండెంటు రాజుని ఆశ్చర్యంతో చూసి "సరే, రండి" అని అవతలకి వెళ్ళాడు. రాజు అతని వెనకే వెళ్ళాడు. మెట్ల అవతల యిద్దరూ ఆగారు.

ఆ యువతి తనగదిలోకి రావడం, ఆమె చెప్పిన విషయాలూ రాజు సూపరింటెండెంటుకి వివరంగా తెలియజేశాడు.

సూపరింటెండెంటు మొహం ముడిచి "ఇన్‌స్పెక్టర్ థామస్‌కి, యీ హత్యలకీ సంబంధం వుందంటారా?" అడిగాడు.

"అలాగే కనిపిస్తోంది కదూ?"

"యుగంధర్‌గారు ఏరి?"

"మారువేషంలో బయటికి వెళ్ళారు."

"సరే. యీ కేసు నేనే స్వయంగా దర్యాప్తు చేస్తాను. రండి" అని శవం వున్న గదివైపు నడిచాడు ఆ పోలీస్ ఆఫీసర్.

రాజూ, ఇన్‌స్పెక్టరూ లోపలికి వెళ్ళాక ఫోటోగ్రాఫర్లు, డాక్టరు, మిగతా పోలీస్ ఉద్యోగులు లోపలికి వెళ్ళారు. డాక్టర్ శవాన్ని పరీక్ష చేసి "చావుకి కారణం పిస్తోలు గుండుదెబ్బ. వీపులోంచి వెళ్ళి గుండెలో గుచ్చుకుంది. ప్రాణం వెంటనే పోయివుండాలి" అన్నాడు.

తర్వాత ఫోటోగ్రాఫర్లు అన్ని కోణాలలోంచి ఫోటోలు తీశారు.

"ఇన్‌స్పెక్టర్ థామస్! ఈమె ఎవరో మీకు తెలుసా?" అడిగాడు పోలీస్ సూపరింటెండెంటు.

శవాన్ని పరీక్షగా చూసి "తెలియదు సార్!" అన్నాడు థామస్.

"ఈమెతో బాగా పరిచయం వున్నా లేకపోయినా యీమె భర్తతో పరిచయం వుందేమో జ్ఞాపకం చేసుకోండి" అన్నాడు సూపరింటెండెంట్.

"సారీ సార్! ఈమె భర్త ఎవరో తెలిస్తే కదా మీ ప్రశ్నకి జవాబు చెప్పగలను."

"అలాగా! కనుక్కోవడం కష్టం కాదనుకుంటాను. ఈమె స్నేహితురాలి పెళ్ళి సందర్భంలో యీ హోటల్లో రిసెప్షన్ జరుగుతున్నదిట. ఆమెని అడిగితే చెపుతుంది."

"అది న్యాయం కాదేమో!"

"ఏమిటి న్యాయం కాదు?"

"పెళ్ళి చేసుకుని, రిసెప్షన్ ఏర్పాటు చేసుకుని సంతోషంగా వున్న సమయంలో పెళ్ళికూతుర్ని పిలుచుకువచ్చి స్నేహితురాలి శవం చూపించడం."

"యస్. యస్. శవాన్ని చూపించవద్దు. పేరు చెప్పి అడిగితే సరిపోతుంది" అని సార్జంటు వైపు తిరిగి "మీరు వెళ్ళి కనుక్కోండి" అన్నాడు.

సార్జంటు వెళ్ళిపోయాడు. ఇన్‌స్పెక్టర్ థామస్ రాజుని కళ్ళార్పకుండా చూస్తున్నాడు. అయిదునిముషాల తర్వాత సార్జంటు తిరిగివచ్చి "ఈవేళ యీహోటల్లో రిసెప్షన్ ఏదీ జరగడంలేదు" అన్నాడు.

సూపరింటెండెంటు రాజువైపు ప్రశ్నార్థకంగా చూశాడు.

"పొరపాటు నాదే అయ్యుండవచ్చు. రిసెప్షన్‌కి వెళుతున్నానని తన భర్తకి అబద్ధం చెప్పి వచ్చానని అన్నదేమో! ఈమె ఎవరో తెలుసుకోవడం కష్టమా?" అడిగాడు రాజు.

"కష్టం కాదు. కొంత కాలయాపన జరుగుతుంది అంతే. పత్రికలలో వేయించాలి ఫోటో. ఆల్‌రైట్! ఆ ఏర్పాటు చేయిద్దాం. తెలిసిన తర్వాత కేసు చిటికలో తేలిపోతుంది ఆమె భర్తని పట్టుకుంటే."

"క్షమించండి. ఈ కేసు గురించిన వివరాలు ఏవీ నాకు చెప్పకపోయినా మీ సంభాషణని బట్టి కొంత గ్రహించాను" అన్నాడు థామస్.

"ఆ!" అన్నాడు సూపరింటెండెంటు.

"ఈమె మిస్టర్ రాజుకి చెప్పిన విషయాలన్నీ నిజమేనని ఏమిటి నిశ్చయం? పెళ్లి రిసెప్షన్ అబద్ధం అయినట్లు మిగతావన్నీ కూడా అబద్ధాలే అయ్యుండ వచ్చుగా!"

"అయ్యుండవచ్చు. దర్యాప్తు చేస్తే తెలుస్తుంది" అన్నాడు సూపరింటెండెంటు.

అప్పటికే ఆ గది బయట చాలామంది చేరారు.

హోటల్లో బస చేసినవాళ్ళు, హోటలు కుర్రాళ్ళు గుసగుసల్లో మాట్లాడు కుంటున్నారు.

"సార్! ఈమె రూంనెంబర్ 48లో బస చేసిందిట" అన్నాడు ఆ గుంపులోంచి ఎవరో.

"ఎవరు? ఇలా ముందుకి వచ్చి చెప్పండి" సూపరింటెండెంటు పిలిచాడు.

ఇద్దరు ఓ హోటలు కుర్రాణ్ణి ముందుకి తోశారు.

"అవును సార్! ఈమె రూంనెంబర్ 48లో బస చేసింది. నిన్న దిగింది. నేను ఆ రూమ్ అట్టెండింగ్ బాయ్‌ని" అన్నాడు వాడు.

"ఈమె పేరు?" అడిగాడు సూపరింటెండెంటు.

"నాకు తెలియదు సార్."

"ఒంటిగా వున్నదా ఆ గదిలో?"

"అవును సార్."

"హోటలు మేనేజర్‌ని పిలవండి" అన్నాడు సూపరింటెండెంటు. ఒక కానిస్టేబుల్ పరిగెత్తాడు. అయిదు నిముషాలలో మేనేజర్ పరిగెత్తుకుంటూ వచ్చాడు.

"ఈమె మీ హోటల్లో రూంనెంబర్ 48లో దిగిందిట. ఆ విషయం నాకు ఎందుకు చెప్పలేదు?" గర్జించాడు సూపరింటెండెంటు.

"నాకు తెలియదు ఈమె ఎప్పుడు వచ్చిందో హోటల్‌కి. ఈ హోటల్లో దాదాపు మూడు వందలమంది వున్నారు. వాళ్ళందరూ నాకెలా జ్ఞాపక ముంటారు చెప్పండి?"

"ఆల్‌రైట్! ఈమె పేరేమిటి? ఎప్పుడు వచ్చింది? ఆమె కూడా ఎవరైనా వచ్చారా? మొదలయిన వివరాలన్నీ కావాలి."

"ఒక్కక్షణం ఆగండి. రిజిష్టరు యిచ్చి గుమాస్తాని పంపుతాను" అని మేనేజర్ వెళ్ళిపోయాడు.

"మిష్టర్ రాజూ! ఈమె యీ వూళ్ళోనే తన భర్తతో వున్నానని మీతో చెప్పింది కదూ!" అడిగాడు సూపరింటెండెంటు.

"స్పష్టంగా చెప్పలేదు కాని అలా స్ఫురించేలా చెప్పింది. ఈ హోటల్లో వున్నానని చెప్పలేదు సరికదా రిసెప్షన్‌కి వచ్చానని చెప్పింది" అన్నాడు రాజు.

అంతలో హోటలు రిజిష్టర్ తీసుకుని గుమస్తా వచ్చాడు. "రూం నెంబర్ 48లో ఆమెని గురించి వివరాలు అడిగారుట" అంటూ పుస్తకం తెరిచి "నిన్న పొద్దున్న ఆరుగంటలకి ఆమె, ఆమె భర్త వచ్చి డబుల్ రూం అడిగారు. డబుల్ రూం ఖాళీ లేదని చెప్పాను. సింగిల్ రూం తీసుకున్నారు. మిష్టర్ అండ్ మిసెస్ దత్. స్వంత ఊరు మద్రాసు. వచ్చిన పని పర్సనల్."

"ఓహో! భార్యాభర్తలిద్దరూ కలిసి వచ్చారన్నమాట" అని హోటల్ కుర్రాడివైపు తిరిగి "చనిపోయిన ఆమె ఒక్కతే రూంనెంబర్ 48లో వున్నదని యెందుకు చెప్పావు?" అడిగాడు సూపరింటెండెంటు.

"నేను ఆమెని చూసినప్పుడు ఆమెకూడా ఎవరూ లేరు."

"హోటల్లో ఆడది ఒక్కతే దిగడం నీకు విడ్డూరంగా అనిపించలేదూ?"

"డబ్బున్నవాళ్ళు, నాగరికులు ఏం చేసినా విడ్డూరంగా వుండదు సార్."

"నిన్నపొద్దున్న ఆరుగంటలకి ఆమె వచ్చింది... నువ్వు ఆమె రాగానే చూశావా?"

"అవును సార్! కింద ఆఫీసులోనించి టెలిఫోన్‌లో చెప్పారు రూం నెంబర్ 48 శుభ్రం చెయ్యమని. నేను శుభ్రం చేస్తూ వుండగా ఆమె వచ్చింది."

"సామానులున్నాయా?"

"ఉన్నాయి సార్! రెండు పెట్టెలు, ఒక హోల్డాల్."

"ఆమెకోసం నిన్నగానీ, ఈవేళ గానీ యెవరయినా వచ్చారా?"

"ఎవరూ రావడం నేను చూడలేదు సార్!"

"ఆమె బయటికి వెళ్ళిందా?"

"లేదు సార్."

"ఆమెకోసం ఎవరూ రాలేదు. బయటికి వెళ్ళలేదు. ఎవరితోనూ మాట్లాడలేదు. అవునా?"

"ఎవరితోనూ మాట్లాడలేదు అనడానికి వీల్లేదుసార్! టెలిఫోన్‌లో మాట్లాడుతూనే వుందామె."

"గదిలో టెలిఫోన్ వున్నదా?"

"ఉన్నది సార్! అన్ని గదుల్లో టెలిఫోన్స్ వున్నాయి" అన్నాడు కుర్రాడు.

"ఈ కుర్రాణ్ణి ప్రశ్నిస్తూ వుండడం కన్నా మనం రూంనెంబర్ 48కి వెళ్ళి చూస్తే మంచిదని నా సలహా" అన్నాడు థామస్.

"యస్. యస్. పదండి. సార్జంట్! మీరు యిక్కడే వుండండి" అని సూపరింటెండెంటు గదిలోంచి బయటికి నడిచాడు. వసారా దాటి, మెట్లు ఎక్కి, కొంతదూరం వెళ్ళాక రూం నెంబర్ 48 కనిపించింది.

"గది తాళం చెవి ఆమెవద్దే వుండి వుంటుంది. మేనేజర్ని అడిగి డూప్లికేట్ తాళంచెవి తీసుకురావాలి" అన్నాడు సూపరింటెండెంటు.

"అవసరం లేదనుకుంటాను. తలుపు తెరిచే వున్నట్లున్నది" అన్నాడు రాజు.

సూపరింటెండెంటు తలుపు తోశాడు. తెరుచుకుంది. అతని వెనకే రాజు, ఇన్‌స్పెక్టర్ థామస్ లోపలికి వెళ్ళారు. గది మధ్య మంచం, మంచంకి ఒకవైపున చిన్న బల్ల, దానిమీద టెలిఫోన్, అవతల గోడకి ఆనించి ఒక చిన్నబీరువా, ఇంకొక వైపు బల్ల, రెండు కుర్చీలు వున్నాయి. బల్లమీద రెండు తోలుపెట్టెలున్నాయి.

సూపరింటెండెంటు ఒక తోలుపెట్టె మూత తెరిచాడు. "తాళం వెయ్యలేదే!"అంటూ లోపల చూసి "డామిట్! ఖాళీ. ఏమీలేదు" అని రెండో

పెట్టె తెరిచి "ఇదీ ఖాళీయే" అన్నాడు. రాజు మంచం కిందికి వొంగిచూసి "హోల్డాల్ దీనికింద వున్నది" అని బయటికి లాగాడు. రాజు హోల్డాల్ విప్పుతుంటే అందరూ చూస్తూ నిలుచున్నారు.

రెండుచీరలు, రెండు తువ్వాళ్ళు, జాకెట్లు, ఓ దిండు, రెండు దుప్పట్లు వున్నాయి అందులో. కాగితాలు కానీ, మరేమయినా వస్తువులు కానీ దొరుకుతాయేమోనని రాజు చాలా జాగ్రత్తగా వెతికాడు.

"ఈ రెండు పెట్టెలూ ఎందుకు ఖాళీగా వున్నాయి? ఈమె భర్త ఏమయ్యాడు?" అన్నాడు సూపరింటెండెంటు.

"ఈమె అన్నీ అబద్ధాలే చెప్పింది మిష్టర్ రాజుకి. ఈమె కూడా వచ్చిన మనిషి యీమె భర్త అయ్యుండకపోవచ్చు! ఈమె పేరు మిసెస్ దత్ కాకపోవచ్చు" అన్నాడు థామస్.

"తన భర్తా, మీరూ స్నేహితులని రాజుకి చెప్పింది యీమె..." అన్నాడు సూపరింటెండెంటు.

"మిగతా అబద్ధాలలా యిదీ అబద్ధమే. దత్ అనే పేరు వున్న స్నేహితుడు నాకు లేనే లేదు" అన్నాడు థామస్.

శవాన్ని మార్చురీకి పంపే ఏర్పాటు చేశారు. దత్ కనుక హోటల్‌కివస్తే వెంటనే సూపరింటెండెంటుకి తెలియజెయ్యమని హోటల్ వాళ్ళకి చెప్పాడు రాజు. ఆమె గదిలో వస్తువులన్నీ తీసుకెళ్ళిపోయారు పోలీసులు.

"ఈమె ఎవరయినదీ ముందు తెలుసుకోవాలి. హోటల్లోకి వచ్చి యీమెని షూట్ చేసింది యెవరో అప్పుడు కాని తెలియదు. మీరు, యుగంధర్ యీ కేసు దర్యాప్తు చేస్తారని నాకు తెలుసు. యుగంధర్‌గారు రాగానే నన్ను ఒకసారి కలుసుకోమనండి" అని చెప్పి సూపరింటెండెంటు పరివారంతో వెళ్ళిపోయాడు.

13

సాయంకాలం అయింది. చీకటిపడుతోంది. యుగంధర్ యింకా తిరిగి రాలేదు. రాజు తన గదిలో పచార్లు చేస్తున్నాడు. కేసు అంతా అయోమయంగా వుంది. ఒక సంఘటనకీ, యింకొక సంఘటనకీ సంబంధం లేదు. విచిత్రంగా వుంది. తనతో ఆమె అన్నీ అబద్ధాలు చెప్పింది. ఎందుకు అబద్ధాలు చెప్పింది?

రాజు ఎంత ఆలోచించినా ఏమీ అర్థంకాలేదు. అసలు యీ హత్యలకి మూలకారణం ఏమిటి? యుగంధర్‌కీ, హత్యలకీ సంబంధం ఏమిటి?

జమున తనతో ఎన్ని అబద్ధాలు చెప్పినా ఆమె యేదో ఓ విషయం... హత్యలకీ, హంతకుడికీ సంబంధించిన విషయం చెప్పడానికే వచ్చింది. ఆ విషయం చెప్పేలోపున ఆమె హత్య చెయ్యబడింది.

యుగంధర్ యింకా తిరిగి రాలేదు. తను వెళ్ళి ఇన్‌స్పెక్టర్ థామస్ యింటివద్ద వెతికితే! హంతకుడికి యుగంధర్ చిక్కలేదు కదా! ఏ మూలనించో జమునని కాల్చినట్టు యుగంధర్ని పిస్తోలుతో కాల్చలేదుగా!

టెలిఫోన్ గణగణ మోగింది. రాజు ఆదుర్దాగా రిసీవర్ తీశాడు.

"మిష్టర్ రాజూ!"

"యస్. రాజు స్పీకింగ్."

"మీరు యిక మద్రాసుకి వెళ్ళిపోవచ్చు."

"ఎవరు మాట్లాడుతున్నది?"

నవ్వు. "యుగంధర్ మరణించాడు."

టెలిఫోన్ క్లిక్ మన్నది. రాజు తల తిరిగిపోయింది. కళ్ళుచీకట్లు కమ్మాయి. యుగంధర్ మరణించాడు. అవతలనించి మాట్లాడిన మనిషి తన కళ్ళతో చూసినట్లు నిశ్చయంగా చెప్పాడు. ప్రగల్భంలా లేదు. యుగంధర్ మరణించాడు, యుగంధర్ మరణించాడు. రాజు చెవుల్లో అవే మాటలు గింగురుమంటున్నాయి. పిస్తోలు తీసుకుని జేబులో వేసుకున్నాడు. హోటల్లోంచి గబగబ బయలుదేరాడు.

క్రిజ్లర్ కారు అతివేగంగా నడిపాడు. సరిగ్గా పదినిముషాలలో ఇన్‌స్పెక్టర్ థామస్ యింటిముందు కారు దిగాడు. క్రిజ్లర్ కారుని చూసి, థామస్ వసారాలోకి వచ్చి "హల్లో మిష్టర్ రాజూ! ఇప్పుడే నేను యింటికి వచ్చాను. ఏమిటి విశేషం? చాలా ఖంగారుగా వున్నారెందుకు?" అడిగాడు.

రాజు యిటూ అటూ చూశాడు. థామస్ యింట్లో వుండడేమో, అతని యిల్లు అంతా వెతుకుదామనుకున్నాడు. ఏం చెప్పాలి థామస్‌కి! ఆలోచిస్తున్నాడు.

"వాటీజ్ యిట్ మిష్టర్ రాజు?" అడిగాడు థామస్ మళ్ళీ.

"కాసేపటికింద నాకు ఎవరో టెలిఫోన్ చేశారు."

"ఏమని?"

"నన్ను మద్రాసు వెళ్ళిపొమ్మని, యుగంధర్ మరణించారని."

"ఎవరో మిమ్మల్ని భయపెట్టడానికి అలా చేసి వుంటారు. యుగంధర్‌గార్ని హత్యచెయ్యడం అంత సులభమైన పని కాదు. అధైర్యపడకండి"

"ఈ హంతకుడు అన్నిటికీ తెగించిన మనిషి. ఇప్పటికే ముగ్గుర్ని హత్య చేశాడని మనకి తెలుసు. ఇంకా ఎంతమందిని హత్యచేశాడో మనకి తెలియదు. యుగంధర్ మీకు కనిపించారా?"

"లేదే!"

"మీ యింటికి వచ్చారేమోనని."

"నౌఖర్ని అడుగుతాను నేను యింట్లో లేనప్పుడు వచ్చారేమో!" అని నౌఖర్ని పిలిచి అడిగాడు థామస్.

"లేదు సార్! ఎవరూ రాలేదు" అన్నాడు నౌఖరు.

థామస్ తలవూపి "అవును. ఇక్కడికి ఎందుకు వస్తారు? నన్ను కలుసుకోవడానికయితే పోలీస్ హెడ్‌క్వార్టర్స్‌కి వచ్చేవారు" అని సిగిరెట్ తీసి రాజుకి ఇచ్చి, తను ఒకటి వెలిగించి "మీరు ఆదుర్దాపడి ప్రయోజనం లేదు. ఈపాటికి యుగంధర్ హోటల్‌కి వెళ్లివుంటారు" అన్నాడు.

యుగంధర్ మారువేషంలో థామస్ యింటికి వచ్చాడనీ, విశ్వనాథన్ అక్కడ వున్నాడని యుగంధర్ అనుమానించాడనీ థామస్‌కి ఎలా చెపుతాడు! రాజు సిగిరెట్ పొగ పీలుస్తూ నేలనీ, చుట్టూ వున్న తోటలోకి పరీక్షగా చూస్తున్నాడు.

గేటుకి అవతల నేలమీద మట్టిలో ఏదో డిజైన్‌లా కనిపించేసరికి రాజు అటు వెళ్ళాడు.

"వాట్‌యీజ్ దట్ రాజూ!" అంటూ థామస్ రాజు వెనకే బయలుదేరాడు. తనకూడా రావద్దని థామస్‌కి ఎలా చెప్పగలడు!

"నేలమీద ఏదో డిజైన్‌లా వుంటే..." అంటూ రాజు వొంగి చూశాడు. బూట్సు కాలితో వలయాకారంలో గీసిన గీత, ఆ గీత మధ్య రెండు అడ్డగీతలు వున్నాయి.

రాజు మొహం పాలిపోయింది.

"వాట్ యీజ్ దిస్ రాజూ!" అడిగాడు థామస్ మళ్ళీ.

"ఏమో! నాకూ ఏమీ అర్థం కావడం లేదు."

థామస్ నవ్వి "పిల్లలు ఆడుకుంటూ గీసి వుండాలి. డిటెక్టివ్ లయితే యిదే యిబ్బంది. ప్రతిదానిలో నిగూడార్థాలు స్ఫురిస్తాయి" అన్నాడు.

రాజుకూడా బలవంతాన నవ్వి "వస్తాను. యుగంధర్ కనిపిస్తే చెప్పండి నేను వచ్చి వెళ్ళానని" అని క్రిజ్లర్ కారెక్కాడు. కారు స్టార్టు చేసి అతివేగంగా వెళ్ళాడు.

ఇన్‌స్పెక్టర్ యింటిముందు నేలమీద కనిపించిన ఆ గుర్తుకి అర్థం ఏమిటో రాజుకి తెలుసు. అవి చిన్నపిల్లలు గీసిన గీతలు కావు. యుగంధర్ బూట్సు కాలితో గీశాడు. అది యుగంధర్‌కీ, రాజుకీ మాత్రమే తెలిసిన రహస్యమైన సాంకేతికం.

వలయాకారం గీతగీస్తే తను శత్రువులకి చిక్కానని. ఆ వలయంలో మధ్య రెండు అడ్డగీతలు పెడితే ప్రాణాపాయంలో వున్నానని.

యుగంధర్ ఆపదలో వున్నాడు. ఏంచెయ్యాలి? ఎలా యుగంధర్‌కి సహాయం చేయడం? పోలీస్ సూపరింటెండెంటు యింటిముందు కారు ఆపి లోపలికి పరిగెత్తాడు రాజు.

"ఏం జరిగింది?" అడిగాడు సూపరింటెండెంటు ఆయాసంతో రొప్పుతున్న రాజుని చూసి.

రాజు చెప్పాడు... వివరంగా అంతా చెప్పాడు.

"దిస్ యీజ్ వెరీ సీరియస్. నన్ను చాలా యిబ్బందిలో పెట్టారు. మీ మాటమీద ఇన్‌స్పెక్టర్ థామస్‌ని అనుమానించి అతని యిల్లు సోదా చెయ్యడం న్యాయం కాదు. న్యాయం కాదని తాత్సారంచేసి యుగంధర్‌కి సహాయం వెళ్ళకపోవడం అంతకన్నా న్యాయం కాదు. పోనీ, ఇన్‌స్పెక్టర్ థామస్‌ని పిలిపించి, మన అనుమానాలు చెప్పి...."

"ఒద్దు... ఇన్‌స్పెక్టర్ థామస్‌కి ఏదో పని కల్పించి ఎక్కడికయినా పంపించండి వెంటనే. థామస్ తిరిగి వచ్చేలోగా అతని యిల్లు వెతకవచ్చు."

"అదెలా! రూల్సు, రెగ్యులేషన్సు!"

"ప్లీజ్... నేను వెళ్ళి వెతుకుతాను. పట్టుబడితే నేనే బాధ్యుణ్ణి. పర్యవసానం చూస్తాను" అన్నాడు రాజు.

"ఆల్‌రైట్!" అని సూపరింటెండెంటు టెలిఫోను తీసి "హల్లో ఇన్‌స్పెక్టర్! వెంటనే మీరు ఇక్కడికి రాగలరా? మీతో అవసరంగా మాట్లాడాలి. యస్. కాచుకుంటాను" అని రిసీవర్ పెట్టేసి "థామస్‌ని యిక్కడికి రమ్మన్నాను. ఇక్కడే ఏదో వంకన అట్టేపెడతాను. ఎంతసేపు అట్టేపెట్టాలో చెప్పండి" అన్నాడు సూపరింటెండెంటు.

"రెండు గంటలు. నేను బయలుదేరుతాను. నేను ఇక్కడ వుండడం థామస్ చూడడం మంచిది కాదు" అని రాజు లేచాడు.

14

"హల్లో!"

"హల్లో! సూపరింటెండెంట్ ఆఫ్ పోలీస్."

"నేను రాజుని. ఇన్‌స్పెక్టర్ థామస్ వచ్చారా?"

"ఆ!"

"అయితే నేను వెళతాను" అని రాజు టెలిఫోన్ పెట్టేశాడు. ఒకసారి అద్దంలో చూసుకున్నాడు. ఇన్‌స్పెక్టర్ థామస్ కానీ, అతని నౌఖరు కానీ తనని గుర్తుపట్టలేరని తృప్తిపడి పిస్తోలు తీసి జేబులో వేసుకున్నాడు.

సన్నని మీసాలు, పిల్లిగెడ్డం, పాపిడి లేకుండా జుట్టు పైకి దువ్వుకున్నాడు. కళ్ళకి అద్దాలు, పాంటు, పాంటులోపల షర్టు, హేటు... వేషంలో కొద్దిమార్పులే చేసుకున్నా పోలిక లేకుండా మారిపోయాడు.

థామస్ యింటికి వెళ్ళాక ఏం చెయ్యాలో పథకం వేసుకోలేదు. అక్కడ పరిస్థితులని బట్టి ప్రవర్తించాలి... అంతే. హోటల్ ముందు వున్న టాక్సీస్టాండు వద్దకి వెళ్ళి టాక్సీ ఎక్కి థామస్ యిల్లు వుండే వీధి చివర్న టాక్సీ దిగి కాలి నడకన బయలుదేరాడు.

తలుపు తట్టగానే నౌఖరు వచ్చి "ఎవరు కావాలి?" అడిగాడు.

"ఇన్‌స్పెక్టర్ థామస్" అన్నాడు రాజు.

"ఇన్‌స్పెక్టర్‌గారు లేరు."

"ఎప్పుడు వస్తారు?"

"తెలియదు."

"ఆయనతో అర్జంటు పనున్నది. నేను మధురనించి వచ్చాను."

"అయితే ఆ కుర్చీలో కూర్చోండి ఆయన వచ్చేంతవరకూ" అని వెనక్కి తిరిగాడు నౌఖరు.

ఈ ఇంట్లో యీ నౌఖరు ఒక్కడేనా ఇంకా ఎవరైనా వున్నారా అనే సంశయం కలిగినా రాజు ధైర్యంచేసి నౌఖరు వెనకే లోపలికి ఒక్క అడుగు వేశాడు.

"మీరు అక్కడే కూర్చోండి..." నౌఖరు వెనక్కి తిరిగి అంటూ రాజు చేతిలోని పిస్తోలు చూసి నోరు తెరుచుకుని భయంతో "ఏమిటిది? ఎందుకు?" అన్నాడు.

"కిక్కురుమనకుండా లోపలికి వెళ్ళు. చేతులు పైకి ఎత్తినిలబడు."

"ఇది ఇన్‌స్పెక్టర్ యిల్లు... ఏ క్షణాన్నయినా పోలీసులు వస్తారు. పట్టుబడతావు. అంతేకాక దొంగతనం చెయ్యడానికి యీ యింట్లో విలువైన వస్తువులు ఏమీ లేవు."

"అలా వూరికే మాట్లాడక! నీకు ప్రాణాలతో వుండాలని వుంటే నేనడిగే ప్రశ్నలకి జవాబు చెప్పు" అన్నాడు రాజు.

నౌఖరు తలవూపాడు.

"పంచకట్టుకుని, లాల్చీ తొడుక్కున్న ఓ మనిషి మధ్యాహ్నం ఈ యింటి ప్రాంతాలకి వచ్చాడు. ఆరు అడుగుల మూడు అంగుళాల పొడుగుంటాడు. ఆయన ఏమయ్యాడు?"

"నాకు తెలియదు" అన్నాడు నౌఖరు.

రాజు అతని దగ్గిరికి వెళ్ళాడు. పిడికిలి బిగించి ఈడ్చి దవడమీద కొట్టాడు. ఆ దెబ్బకి అతని కళ్ళు చీకట్లు కమ్మాయి.

"చెపుతావా! చెప్పవా! ఇంకా కావాలా?"

"నాకు తెలియదు."

"అయితే యింకా బుద్ధి రాలేదన్నమాట" అంటూ రాజు మళ్ళీ ఈడ్చి కొట్టాడు.

నౌఖరు మూల్గుతూ నేలమీద పడ్డాడు. ఏడుస్తున్నాడు.

"చెప్పు! ఆయన్ని ఏం చేశారు?"

"చెపితే నన్ను చంపేస్తారు."

"ఎవరు?"

"అయ్యగారు."

"చెప్పకపోతే నేను యిప్పుడు నిన్ను చంపేస్తాను" రాజు కాలు ఎత్తాడు.

"ఒద్దు. ఒద్దు. చెప్తాను."

"ఆ!"

"కాసిని మంచినీళ్ళు."

"ముందు చెప్పు, తర్వాత యిస్తాను."

వెనుక ఏదో చప్పుడు అయినట్లయి రాజు చటుక్కున వెనక్కి తిరిగాడు. అప్పటికే ఆలస్యం అయిపోయింది. బరువైన వస్తువు ఏదో తలమీద పడింది. తల బద్దలయినట్లయింది. కళ్ళు తిరిగిపోయాయి. మోకాళ్ళు ఆగిపోయాయి. కుప్పగా నేలమీద కూలిపోయాడు.

✣ ✣ ✣

స్పృహ రాగానే రాజు తలవెనక తడిమి చూసుకున్నాడు. పెద్ద బొప్పి కట్టింది. కళ్ళు చిట్లించి చుట్టూ చూశాడు. కటిక చీకటి. కన్ను పొడుచుకున్నా ఏమీ కనిపించదు. నేల ముట్టుకుని చూశాడు. నున్నగా, చల్లగా వుంది. సిమెంటు నేల. లేచి నిలుచున్నాడు. రెండుచేతులూ ముందుకి జాపి, నెమ్మదిగా అడుగు తర్వాత అడుగు వేస్తూ ముందుకి నడిచాడు. అయిదడుగులు వెయ్యగానే గోడ చేతులకి తగిలింది. గోడమీద తడుముతూ గోడవెంబడే నడిచాడు ఎలక్ట్రిక్ దీపం స్విచ్ చేతికి తగులుతుందేమోననే ఆశతో. తలుపు తగిలింది. లాగి చూశాడు. తెరుచుకోలేదు. తనని బంధించి ఎంతసేపయింది? ఈ గది ఎక్కడున్నది? ఇన్‌స్పెక్టర్ థామస్ యింట్లోనేనా! యుగంధర్ ఏమయ్యాడు? యుగంధర్ని యీ దుర్మార్గులు చంపేశారా! ఆ విషయం

తలుచుకుంటేనే రాజు వొణికిపోతున్నాడు. తనని వెనకనించి తలమీద కొట్టింది ఎవరు? ఇన్‌స్పెక్టర్ థామసా! అప్పుడే సూపరింటెండెంటు యింటినించి ఎలా వస్తాడు? వాళ్ళ ముఠాలో యింకొకడు అయ్యుండాలి.

తను అచేతనుడిగా ఆ గదిలో కూర్చుని ప్రయోజనం లేదు. బయట పడేందుకు ప్రయత్నించాలి అని నిశ్చయించుకుని రాజు తలుపు గట్టిగా తన్నాడు. చప్పుడు కాలేదు. కొద్దిగా కీచుమన్నది. తలుపుకి కాస్త దూరం జరిగి పరిగెత్తుకుంటూ వచ్చి మళ్ళీ తన్నాడు. కీచుమన్నదే కాని సడలలేదు, వూడలేదు. రాజు జేబు తడిమి చూసుకున్నాడు. వెర్రి ఆశ కాని పిస్తోలు తీసుకోకుండా వుంటారా? లేదు.

దాహం వేస్తోంది. ఎవరూ రారేం? దాహంతో, ఆకలితో తను యీ గదిలో చచ్చిపోవాలని బంధించి పడేశారా? ఇంకొకసారి... ఆఖరుసారి తలుపు తన్ని చూడాలి అనుకుని తలుపుకి దూరంగా జరిగి, ఒక్కపరుగున వచ్చి, రెండుకాళ్ళూ ఎత్తి తన్నాడు.

దబదబ చప్పుడు. గలగలమన్న శబ్దం. ఈసారి తలుపుకి తగలలేదు కాళ్ళు. సరిగ్గా ఆ సమయానికి ఎవరో వచ్చి తలుపు తెరిచారు. రాజు ఆ మనిషిని తన్నాడు. ఆ మనిషితోపాటు, ఆ మనిషి చేతిలో వున్న వస్తువులతో పాటు రాజు నేలమీద పడ్డాడు. తలుపు తెరిచారనీ, తనని బంధించిన వాళ్ళలో ఒకడు తనతోపాటు కిందపడ్డాడనీ రాజుకి తెలుసు. తను తప్పించుకునేందుకు కలిగిన ఆ అవకాశం పోగొట్టుకోదలుచుకోలేదు. పిడికిళ్ళు బిగించి రెండు చేతులతో తనతో పాటు పడిపోయిన మనిషి తలమీద బాదాడు.

ఆ మనిషి కిక్కురుమనలేదు. కదలలేదు. రాజు లేచి నిలుచున్నాడు. అవతల ఎక్కడో దీపం వెలుగు మసక మసకగా కనిపిస్తోంది. వొంగి చూశాడు కింద పడివున్న మనిషి తనకి తెలుసునేమోనని. కొత్త మొహం. ఎన్నడూ అతనిని తను చూడలేదు. అతని పాంటు జేబు వెతికాడు రివాల్వర్ దొరుకుతుందేమో నన్న ఆశతో. అటువంటిదేదీ లేదు. కాసిని కాగితాలున్నాయి. ఆ కాగితాలు జేబులో పెట్టుకుని రాజు ముందుకి నడిచాడు.

నడవా అది. ఆ నడవాలో పది అడుగులు వేశాక ఒక తలుపు. ఆ తలుపుకి అవతలనించే దీపం వెలుగు వస్తోంది. ఆ గదిలో ఎవరయినా

వున్నారో, లేరో రాజుకి తెలియదు. తను అజాగ్రత్తగా వెళ్ళి మళ్ళీ చిక్కిపోకూడదు. వెనక్కి తిరిగి పది అడుగులు నడిచాడు. ఇంకో దోవ, యింకో తలుపు ఏదయినా వుందేమోనని... లేదు. పడిపోయిన మనిషి చిన్నగా మూలుగు తున్నాడు.

రాజు మళ్ళీ వెనక్కి వెళ్ళాడు. తలుపు వెనకే నిలుచుని, తలమాత్రం కొంచెం వొంచి గదిలోకి చూశాడు. గదిలో ఒకమూల గోడకి తగిలించి వుంది కిరసనాయిల్ బుడ్డీ దీపం. ఆ యింటికి ఎలక్ట్రిక్ దీపాలు లేవా యేమిటని పైకి చూశాడు. ఎలక్ట్రిక్ తీగెలున్నాయి. కరెంటులేదా! ఏమో! గదిలో ఎవరూ వున్నట్లు లేరు. ఆ గది తర్వాత ఏముందో తెలియదు. ధైర్యం చెయ్యక తప్పదు. రాజు చకచక ముందుకి దీపం దగ్గిరికి వెళ్ళి దీపం ఆర్పేశాడు. కటికచీకటి. అంతవరకూ నయం. అవతలవాళ్ళు తనకి కనిపించకపోయినా తను ఎవరికీ కనిపించడు. రాజు ముందుకి నడిచాడు. చల్లని గాలి వస్తోంది. అవతల చాలా పెద్దగది. హాలు. హాలుకి అవతల వసారా. తలుపులన్నీ తెరిచే వున్నాయి. ఏ గదిలోనూ దీపాలులేవు. ఆ యింట్లో ఎవరూ వున్నట్లు లేరు. రాజు హాల్లోకి వెళ్ళి ఆగాడు. వసారాలోకి వెళ్ళి బయటికి వెళ్ళిపోతే తప్పించుకు పారిపోవచ్చు. ఆ తర్వాత ఎవరికీ చిక్కడు. కాని వసారాలో ఎవరయినా కాపలా వున్నారేమో!

హాలు తలుపు దగ్గిరికి వెళ్ళి ఆగాడు. చెవులు రెండూ రిక్కించుకుని వింటున్నాడు. ఏ చిన్నచప్పుడు అయినా తయారుగా వున్నాడు. దగ్గిర్లో అగ్గిపుల్ల గీసిన చప్పుడు కాగానే ఉలిక్కిపడ్డాడు. వసారాలో తలుపు పక్కగా నేలమీద కూర్చుని బీడీ వెలిగించుకున్నాడు ఎవడో. ఆ అగ్గిపుల్ల వెలుగులో చూశాడు రాజు. అతని ముసలి మొహం, ముడతలు పడ్డ మొహం, పీక్కుపోయిన మొహం. గట్టిగా ఒక దెబ్బ వేస్తే మనిషి ప్రాణం పోతుందనిపించింది రాజుకి. అతనికి కనిపించకుండా ఎలా పారిపోవడం? తను జాలిపడి అతన్ని ఏమీ చెయ్యకుండా వెళ్ళిపోతే అతను తనని వెనకనించి పిస్తోలుతో కాలిస్తే ఎలా! ఇలా యిక్కడే తాత్సారం చేస్తూ నిలుచోడానికి వీల్లేదు. లోపల పడివున్న మనిషి ఏ క్షణాన్నయినా లేచిరావచ్చు. రాజు చటుక్కున కూర్చునున్న అతని రెండు భుజాలు పట్టుకుని "చేతిలోది కిందపారెయ్యి!" అన్నాడు.

కూర్చున్న మనిషి చేతిలో వున్న బీడీ కిందపడేసి "ఎవరు నువ్వు! ఏమిటి యీ అఘాయిత్యం?" అడిగాడు ఖంగారుపడకుండా.

"నువ్వు ఎవరు?" అడిగాడు రాజు.

"నేను బంగళా జవానుని."

"ఎవరి బంగళా యిది?"

సర్కార్ది."

"ఈ బంగళాలో యిప్పుడు ఎవరున్నారు?"

"ఎవరో పోలీస్ఆఫీసర్. దొంగతనం చెయ్యడానికి వచ్చావా? జాగ్రత్త పోలీసులున్నారు లోపల."

"ఆ ఆఫీసర్ ఏడి?"

"బయటికి వెళ్లారు. వస్తారు కాస్సేపట్లో."

"సరే. నేను వెళుతున్నాను. నేను వచ్చినట్లు కానీ, నిన్ను యీ ప్రశ్నలు అడిగినట్లు కానీ ఎవరికీ చెప్పక. చెపితే ప్రాణాలు ఎగిరిపోతాయి" అని చీకట్లోకి, తోటలోకి పరిగెత్తాడు రాజు. ఒక చెట్టుకిందికి వెళ్ళి నిలుచున్నాడు. ఆ బంగళా ఎక్కడున్నది? ఊరికి ఎంత దూరంలో వున్నది? ఊళ్ళోకి వెళ్ళాలంటే ఎటు వెళ్ళాలి? ఈ ప్రశ్నలలో ఒక్కదానికీ జవాబు తెలియదు రాజుకి.

ఎటో ఒకవైపు వెళితే ఏదో ఒక వూరు వస్తుంది అనే ధైర్యంతో చెట్టు కిందనించి కదలపోతుండగా మోటార్ కార్ యింజను చప్పుడు వినిపించింది రాజుకి. వెంటనే చెట్ల వెనక నక్కి చీకట్లో దాక్కున్నాడు.

ఓ జీపుకారు వచ్చి వసారా మెట్లముందు ఆగింది.

"రజ్వీ ఏడి?" అడిగాడు కారులో వున్న మనిషి. రాజు గుర్తుపట్టాడు. అది ఇన్స్పెక్టర్ థామస్ కంఠస్వరం. ఇన్స్పెక్టర్ థామస్కీ, హంతకుడికీ సంబంధం వున్నదనే విషయానికి యింతవరకూ ప్రత్యక్షసాక్ష్యం లేదు. ఇప్పుడు దొరికింది. ఇంతకన్నా ఏం కావాలనుకున్నాడు.

"లోపల వున్నాడు" చెప్పాడు జవాను. తను పారిపోయిన విషయం చెప్పలేదు. అంతవరకూ నయం. జవాను వెళ్ళి రజ్వీని పిలుచుకొచ్చాడు.

"అతను తప్పించుకుని పోయాడు సార్" అన్నాడు రజ్వీ.

రాజుచేతిలో దెబ్బతిన్న మనిషే ఆ రజ్వీ.

"తప్పించుకుపోయాడా? ఎలా తప్పించుకుపోయాడు?" అడిగాడు థామస్.

రజీవ్ చెప్పాడు.

"చేతకాని దద్దమ్మవి... నిన్ను తలుపు ఎవడు తియ్యమన్నాడు! ఆ రాజు యింకా యీ ప్రాంతాలే వుంటాడు. ఎక్కడికి వెళతాడు? వెతకండి. త్వరగా! నాలుగు తన్ని తీసుకురండి. జాగ్రత్త. చంపవద్దు, వాడితో నాకు పనున్నది" అరిచాడు థామస్.

జీపులోంచి నలుగురుదిగారు. టార్చిలైట్సు వెలిగించి నలుగురూ తోట నాలుగువైపులకీ వెళ్ళారు. తను అక్కడే నిలబడివుంటే తప్పకుండా చిక్కిపోతాడు. పారిపోతే వెంబడించి పట్టుకుంటారు. రాజు గబగబ చెట్టు ఎక్కాడు. బాగా పైకి ఆకులు గుబురుగా వున్నచోట కూర్చుని చూస్తున్నాడు. పదినిముషాలయిన తర్వాత నలుగురూ జీపుదగ్గిర చేరి "ఎక్కడా లేడు సార్" అన్నారు.

"స్టుపిడ్స్! లేకుండా ఎలా పోతాడు? గాలిలో కలిసి మాయం కాడుగా. ట్రంక్‌రోడ్ మీద నడుస్తూ వుంటాడు. జీపు తీసుకువెళ్ళి చూడండి" అని ఇన్‌స్పెక్టర్ థామస్ జీపులోంచి దిగాడు.

ఇన్‌స్పెక్టర్ థామస్, రజీవ్, ముసలి వాచ్‌మెన్ మాత్రం వసారాలో నిలుచున్నారు. మిగతావాళ్ళంతా జీపు ఎక్కి వెళ్ళిపోయారు.

తనచేతిలో రివాల్వర్ వుంటే ఎంత బావుండును! కనీసం వెళ్ళినవాళ్ళు ఓ గంటలోపున రాకుండా వుంటే ఎంత బావుంటుంది! ఆలోగా ఈ థామస్ విషయం కనుక్కోవచ్చు అనుకున్నాడు రాజు.

అంతలో చిటపట చినుకులు ప్రారంభం అయ్యాయి. కాసేపట్లో వాన ఎక్కువైంది. వసారాలో నిలబడ్డ థామస్ లోపలికి వెళ్ళిపోయాడు. జవాను, రజీవ్ కూడా లోపలికి వెళ్ళారు. రాజు నెమ్మదిగా చెట్టు దిగాడు. జీపులో వెళ్ళినవాళ్ళ జాడలేదు. ధైర్యం చేసి బంగళావైపు నడిచాడు.

15

డిటెక్టివ్ యుగంధర్ ఎంత ప్రయత్నించినా చేతికి కట్టిన కట్లు వూడతీసుకోలేకపోయాడు. రెండుచేతులూ వెనక్కి విరిచి, మెలిపెట్టి, నైలాన్ తాళ్ళతో కట్టారు. అలాగే కాళ్ళూ కట్టేశారు.

గదిలో దీపం లేదు. గాలి లేదు. కటిక నేలమీద పడుకునున్నాడు.

ఎంత ఆలోచించినా, ఎంత జ్ఞాపకం చేసుకుందామన్నా ఏం జరిగిందీ తెలియడంలేదు. తను ఇన్‌స్పెక్టర్ థామస్ యింటికి మారువేషంలో వెళ్ళడం జ్ఞాపకమున్నది. నౌఖరు తప్ప యింట్లో యింకెవరూ లేరని నిశ్చయించుకున్న తర్వాత తోటలోకి వెళ్ళాడు. తోటలో ఓ చెట్టుకింద నిలుచున్నాడు యింట్లోకి ప్రవేశించేందుకు అవకాశం కోసం చూస్తూ. పదినిముషాల తర్వాత మెడమీద చల్లగా ఏదో తగిలింది.

"కదలక! ప్రాణాలు పోతాయి" అన్నమాటలు వినిపించాయి. తన మెడమీద పిస్తోలు పెట్టారని గ్రహించడం కష్టం కాలేదు యుగంధర్‌కి.

తను హంతకుడికే చిక్కివుంటే ప్రాణాలతో ఆ యింట్లోంచి బయటపడడు. బూట్సు కాలితో ఒక వలయం గీసి, అందులో అడ్డంగా రెండుగీతలు గీశాడు. ఒకవేళ రాజు తనని వెతుక్కుంటూ వస్తే చూస్తాడు. చూసినా తనని రక్షించగలడనే ఆశలేదు.

"కిక్కురుమనకుండా ముందుకి నడు" అన్నాడు వెనకనించి. ముందుకి నడిచాడు. థామస్ యింట్లోకి వెళ్ళారు యిద్దరూ.

హాల్లోంచి, గదుల్లోంచి, నడవాలోంచి లోపలికి తీసికెళ్ళాడు. కొట్టుగది లాటి గదిలోకి తీసుకువెళ్ళి, తలమీద కొట్టడానికి అయివుంటుంది పిస్తోలు ఎత్తాడు ఆ మనిషి. సరిగ్గా ఆ సమయానికి "ఆగు!" అని కేక వినిపించింది. అది ఇన్‌స్పెక్టర్ థామస్ కంఠస్వరం.

"చేతులు పైకి ఎత్తేవుంచు" అన్నాడు వెనుక నిలుచున్న మనిషి.

ఇన్‌స్పెక్టర్ థామస్ దగ్గిరికి వచ్చి యుగంధర్ని పరీక్షగా చూసి "ఏమిటి యుగంధర్! ఏం జరిగింది?" అడిగాడు.

యుగంధర్ జవాబు చెప్పేలోగా, యుగంధర్ని పట్టుకున్న మనిషి "తోటలో చెట్టువెనక పొంచి దాక్కునుండగా పట్టుకున్నాను" అన్నాడు.

"అలాగా! ఎందుకు చెట్టువెనక పొంచి దాక్కున్నారు?" అడిగాడు థామస్.

యుగంధర్ మాట్లాడలేదు.

"సార్! తాత్సారం చెయ్యడం అనవసరం. ఇప్పుడే యీ యుగంధర్ని కాల్చి చంపేస్తే పీడ వొదిలిపోతుంది" అన్నాడు ఆ మనిషి.

"ఇక్కడా! నా యింట్లోనా? వీల్లేదు" అన్నాడు థామస్.

"ఎక్కడ కనపడితే అక్కడ ఎప్పుడు అవకాశం దొరికితే అప్పుడు కాల్చి చంపెయ్యమన్నారు బాస్."

"నీతో అలా చెప్పాడా! నాతో అలా చెప్పలేదు. బాస్ స్వయంగా తన చేతులతో చంపుతానన్నాడు. నువ్వు నేను చెప్పినట్లు వినాలి తెలిసిందా! పిచ్చివేషాలు వెయ్యక. ఇతన్ని యిక్కడ చంపడానికి వీల్లేదు" అన్నాడు థామస్ నిశ్చయంగా.

"పోనీ... ఆ బంగళాకి తీసికెళితే?'

"చెపుతాను ఎప్పుడు తీసుకువెళ్లవలసిందీ."

"ఆలస్యం చెయ్యడం మంచిది కాదు సార్! ఈ యుగంధర్ జిత్తులమారి వాడుట."

"కాళ్ళూ, చేతులూ కట్టేస్తే సరి."

"స్పృహ పోయేటట్లు తలమీద ఓ దెబ్బ వేస్తే..."

"అలాటి పనులు చెయ్యకూడదు. మత్తుమందు యిస్తే స్పృహ పోతుంది."

కాళ్ళూ, చేతులూ కట్టేశారు. మత్తుమందు ముక్కుదగ్గిర పెట్టారు. తనకి స్పృహ ఎలాగూ పోతుంది. తను ఏం చెయ్యలేదు. నిజంగా స్పృహ పోకముందే స్పృహ పోయినట్లు నటిస్తే వీళ్ళ విషయం తెలుసుకోవచ్చునని యుగంధర్ తల యిటూ అటూ కదిపి కళ్ళు మూసేశాడు.

"స్పృహ పోయింది. కట్లు గట్టిగా వున్నాయి. ఇక తలుపు మూసేసిరా" అన్నాడు థామస్.

"తలుపు మూయడం కన్నా నేను లోపలే కాపలా వుంటాను సార్! తప్పించుకు పారిపోయాడంటే బాస్ నా ప్రాణం తీసేస్తాడు."

"సరే, బాస్ వచ్చేందుకు చాలా ఆలస్యం అవుతుంది. కనుక నీకు కావలసినవి తెచ్చి గదిలో పెట్టుకో."

"నాకేం అవసరం లేదు."

"మంచినీళ్ళయినా దగ్గిర పెట్టుకో! దాహం వేస్తే నువ్వు బయటికి వెళ్ళడానికి వీలుండదు తర్వాత."

ఆ మనిషి వెళుతుండగా "ఎందుకయినా మంచిది, ఆ పిస్తోలు యిలా యిచ్చి వెళ్ళు" అన్నాడు థామస్.

అతను పిస్తోలు యిచ్చి వెళ్ళిపోయాడు.

యుగంధర్ కళ్ళు కొద్దిగా తెరిచి చూస్తున్నాడు.

థామస్ పిస్తోలు విరిచి, లోపల వున్న తూటాలని చూసి, వెనక్కి వంచి మూసేసి గోడవైపుకి పిస్తోలు తిప్పి మీట నొక్కాడు. క్లిక్, క్లిక్ మన్నదే కాని పేలలేదు. అంతలో ఆ మనిషి తిరిగివచ్చాడు. థామస్ పిస్తోలు అతనికి యిచ్చి "జాగ్రత్త! నేనూ, బాస్ వచ్చేటంతవరకూ జాగ్రత్తగా చూస్తూ వుండు"అని చెప్పి వెళ్ళిపోయాడు.

తర్వాత కాసేపటికి యుగంధర్‌కి స్పృహ పోయింది. మళ్ళీ స్పృహ వచ్చే టప్పటికి తను అక్కడికి వచ్చి ఎంతసేపయిందో, ఎన్నిరోజులు అయ్యాయో, ఎక్కడ వున్నాడో ఏమీ తెలియలేదు. ఎంత ప్రయత్నించినా కట్లు వూడిరావడం లేదు. దాహం వేస్తోంది. ఆకలికూడా వేస్తోంది. కడుపులో మంట. యుగంధర్ యిటూ, అటూ దొర్లాడు. ఏమీ కనిపించడం లేదు. చీకటి.

కీచుమన్నది ఎక్కడో. యుగంధర్ చెవులు రిక్కించుకుని విన్నాడు. ఎవరో గదిలోకి వస్తున్నారు.

"స్పృహ వచ్చినట్లున్నదే" అన్నాడు గదిలోకి వచ్చిన మనిషి.

ఎక్కడో విన్న గొంతు అది. పరిచయమున్న మనిషిలా వుందికాని, ఫలానా మనిషి అని పోల్చుకోలేకపోయాడు యుగంధర్. ఇన్‌స్పెక్టర్ థామస్ కంఠస్వరం కాదు. నోటికి ఉలిపిరి కాగితం అడ్డుపెట్టుకుని మాట్లాడుతున్నట్లు గరగర వినిపిస్తోంది.

"ఊ!" అన్నాడు యుగంధర్.

"నేను ఎవరో తెలుసా నీకు?"

"తెలియదు."

"నేను యీ దేశానికి వచ్చేముందు నాకు మా అధికారులు ఒప్పచెప్పిన పనులలో మొదటిది- అన్నిటికన్నా ముఖ్యమైనది ఏమిటో తెలుసా?"

"తెలియదు. నువ్వు ఎవరో, నీ అధికారులు ఎవరో తెలిస్తే కదా?"

"నాది పరిస్థాన్. నా అధికారులు పరిస్థాన్ ప్రభుత్వం. నా పై అధికారి పరిస్థాన్ గూఢచారుల అధినేత అయిన పరిస్థాన్ అధ్యక్షుడు.

"అలాగా!... ఏమిటి నీకు ఒప్పచెప్పిన పని?"

"డిటెక్టివ్ యుగంధర్ని చంపెయ్యడం."

యుగంధర్ నవ్వాడు. "మీ అధ్యక్షుడికి నామీద అంత కసి ఎందుకు?" అన్నాడు.

"ఒకసారికాదు, రెండుసార్లు కాదు... ఎన్నిసార్లో నువ్వు మా ప్రభుత్వం పథకాలు చెడగొట్టావు. అంతేకాదు, మా గూఢచారులలో మేటిగాళ్ళు అనుకున్న వాళ్ళని పట్టుకున్నావు. ఈ దేశంలో మా గూఢచారుల చర్యలు సక్రమంగా సాగకపోవడానికి ముఖ్యకారకుడివి నువ్వే. అందుకని."

"మీ గూఢచారులని నేను పట్టుకోవడంలో ఆశ్చర్యమేముంది? భారతీయుణ్ణి అయిన నేను నా దేశానికి చేతనయిన విధంగా సేవ చేయడం సహజమేగా!"

"సహజమే. యింత అపకారం చేస్తున్న నిన్ను మేము చంపడమూ సహజమేగా!" అన్నాడు అతను.

"ఇన్స్పెక్టర్ థామస్ కూడా మీలో ఒకడా?"

"అవును. కాని నేను ఎవరో ఇన్స్పెక్టర్ థామస్కికూడా తెలియదు."

"అంటే?"

"అంటే... నేను పరిస్థాన్ గూఢచారుల నాయకుల్లో ఎవరినో, ఏ పేర్న యీ దేశంలో వ్యవహరిస్తున్నానో నా అనుచరులలో ఒక్కడికీ తెలియదు. ఎవరు పట్టుబడినా నేను పట్టుబడను."

"అంత పటిష్టమైన వ్యూహం నిర్మించావన్న మాట. అదేమిటో తెలుసుకోవాలని వుంది."

"చెపుతాను. ఇప్పుడు కాదు. నువ్వు ఎవరికీ చెప్పడానికి అవకాశం లేకుండా నీ ప్రాణం తీసేముందు చెపుతాను" అని నవ్వాడు అతను.

యుగంధర్ రెండు నిముషాలు మౌనంగా వుండి "నువ్వు పరిస్థాన్ గూఢచారుల నాయకుడివి. నన్ను హతమార్చమని నిన్ను మీ ప్రభుత్వం ఆజ్ఞాపించింది. ఆ ప్రయత్నం చేశావు. బాగానే వుంది. కాని సుందర్నీ, వినయనీ ఎందుకు హత్య చేశావు?" అడిగాడు.

ఆ పరిస్థాన్ గూఢచారి తృప్తిగా నవ్వాడు. "నిజంగా నీకు తెలియదా? తెలుసుకున్నావనుకున్నాను" అని వెనక్కి తిరిగి, సిగిరెట్ వెలిగించి యుగంధర్

దగ్గిరికి వెళ్ళి సిగిరెట్ యుగంధర్ నోట్లోపెట్టి "వ్యక్తిగతంగా నీతో నాకు ఎటువంటి విరోధమూ లేదు యుగంధర్! నువ్వు మీ ప్రభుత్వానికి సాధించిన ఘనవిజయాల గురించి విన్న తర్వాత నీమీద నాకు చాలా గౌరవం ఏర్పడింది. వ్యక్తిగతంగా మనం విరోధులం కాము. ప్రభుత్వరీత్యా విరోధులం. అవకాశం దొరికితే నువ్వు నా ప్రాణం తీస్తావు. అవునా?" అని "ఆ! సుందర్ విషయం అడిగావు కదూ! సుందర్ మీ స్పెషల్ బ్రాంచి మనిషి అని నీకు తెలియదా?" అడిగాడు.

యుగంధర్ ఆశ్చర్యపోయాడు. నిజంగానే తనకి తెలియదు. పోలీసులు ఎందుకు చెప్పలేదు? బహుశా పోలీసులకి కూడా తెలిసి వుండదు. స్పెషల్ బ్రాంచిలో పై ఉద్యోగులికి తప్ప ఎవరికీ తెలిసి వుండదు.

"టీ కంపెనీలో ఉద్యోగం చెయ్యడం, యింజనీరింగ్ కంపెనీలో ఉద్యోగం చెయ్యడం అదంతా ఉత్త నాటకం. అతని అసలు ఉద్యోగం స్పెషల్ బ్రాంచిలో. అందులోనూ పరిస్థాన్ గూఢచారులని పట్టుకోవడం" అన్నాడతను.

"అతని ప్రియురాలు వినయ మీకు ఏం ద్రోహం చేసింది?" అడిగాడు యుగంధర్.

"ఆమె మాకు ఏమీ అపకారం చెయ్యలేదు. తప్పు సుందర్‌ది. అతను తెలుసుకున్న రహస్యాలు ఆమెకి చెప్పాడు."

"నేను నమ్మను. స్పెషల్ బ్రాంచిలో యిచ్చే మొదటి శిక్షణ తన ఆత్మీయులకి కూడా ఏమీ చెప్పకూడదని."

"నిజమే. కాని సుందర్ ఆ నియమం పాటించలేదు."

"పాటించలేదని మీకెలా తెలుసు?"

"అతన్ని చంపడానికి వెళ్లినప్పుడు సెయింట్ థామస్ మౌంట్లో వున్న మైదానంలో కారులో కూర్చుని అతను ఆమెతో చెప్పడం నేను స్వయంగా విన్నాను."

"అలాగా! అయితే ఆవేళ మైదానంలో నన్ను చంపడానికి ప్రయత్నించింది నువ్వేనన్నమాట."

"అవును."

"అప్పుడు నన్ను చంపడానికి సిద్ధపడినవాడివి యిప్పుడు యింకా నన్ను చంపకుండా తాత్సారం చేస్తున్నావెందుకు?" అడిగాడు యుగంధర్. అలా అడగడం వల్ల తన చావుకి తనే తొందరపెడుతున్నాననే భయం లేదు యుగంధర్‌కి. ఏదో కారణం లేకపోతే తనని యిప్పటివరకూ వూపిరితో వుండనిచ్చేవాళ్ళు కారని తెలుసు.

అతను నవ్వాడు. "నిన్ను ఇలా బంధించడానికి అవకాశం దొరుకుతుందని నాకేం తెలుసు? తెలిసివుంటే ఆవేళ చంపడానికి ప్రయత్నించేవాణ్ణి కాను."

"బందీగా దొరికానుగా! ఇంకా చూస్తావెందుకు?"

"చంపేస్తాను... చంపేసి తీరాలి. కాని..."

"కాని..."

"నువ్వు ఒప్పుకుంటే..."

"దేనికి?"

"మా దేశం తరపున పనిచెయ్యడానికి."

యుగంధర్ పకపక నవ్వి "నా ప్రాణం కాపాడుకోవడం కోసం నా దేశానికి ద్రోహం చేస్తాననుకున్నావా?" అన్నాడు.

"నువ్వు నీ దేశానికి ద్రోహం చెయ్యవలసిన అవసరం లేదు."

"మీతో కలిస్తే నా దేశానికి ద్రోహం కాదా?"

"కాదు. చెపుతాను విను. మా గూఢచారి చర్యలు మీ ఒక్క దేశంలోనే కాదు ఇంకా చాలా దేశాలలో సాగిస్తున్నాం. నువ్వు యింకో దేశంలో మా తరపున పనిచెయ్యి. నీ దేశానికి ద్రోహం చెయ్యకుండా నీ ప్రాణం కాపాడుకోవచ్చు."

యుగంధర్ నిముషంపాటు మౌనంగా వుండి "బాగా ఆలోచించి చెపుతాను. మాట యిస్తే తప్పేవాణ్ణి కాను" అన్నాడు.

"అవును. ఆ విషయం తెలిసే అడిగాను.

"అన్నట్లు యింకొక విషయం. ఆ విశ్వనాథన్ కూడా మీలో మనిషేనా?"

"అవును."

"అయితే అతను..."

"మారువేషంలో తిరుగుతున్నాడు. రైలుకిందపడి చనిపోయినట్లు సాక్ష్యం కల్పించాము. విశ్వనాథన్ మాలో చేరి మాకు సహాయం చెయ్యడానికి ఒప్పుకున్నాడు. అతని కూతురు చనిపోగానే ఓ శవాన్ని తెచ్చి రైలుపట్టాలమీద పడేసి, విశ్వనాథన్ మరణించినట్లు దొంగ సాక్ష్యం సృష్టించి, విశ్వనాథాన్ని మాలో చేర్చుకున్నాం."

"ఇప్పుడు మీరు నన్ను ఎక్కడ బంధించి వుంచారు? ఇన్స్పెక్టర్ థామస్ యింట్లోనా?"

"చెప్పను."

"నేను మీలో కలిస్తే నన్ను పరిస్థాన్ తీసికెళతారా?"

"అవును."

"ఎలా?"

"విమానంలో. తప్పించుకునేందుకు మీకు అవకాశం దొరకదు" అని నవ్వాడు అతను.

"ఎప్పుడు?"

"నువ్వు ఒప్పుకున్నానని చెప్పిన తర్వాత యిరవై నాలుగు గంటల లోపున అన్ని ఏర్పాట్లూ చేయిస్తాను."

"రేపు చెబుతాను. నాకు యిరవై నాలుగు గంటల వ్యవధి యిస్తారా?"

"ఇస్తాను. అంతలో మునిగిపోయిందేమీలేదు. ఒక సలహా...నువ్వు ఒప్పుకోకపోతే నిన్ను చంపెయ్యడం నిశ్చయం. జాలిపడి నిన్ను వదిలేస్తానని అనుకోకు."

"నేను అలా అనుకోవడం లేదు."

"తప్పించుకునేందుకు అవకాశం దొరుకుతుందనీ అనుకోకు."

"అనుకోవడం లేదు."

"నువ్వు చచ్చిపోయి నీ దేశానికి చేసే సేవ ఏమీ వుండదు. బతికి చేసే అపకారమూ ఏమీ వుండదు కనుక నీ ప్రాణం నువ్వు కాపాడుకోవడమే వివేకమైన పని."

"ఆలోచిస్తాను."

"బాగా ఆలోచించు. నీకు భోజనం ఏర్పాటు చేశాను. మా మనుష్యులు తెచ్చి యిస్తారు. తప్పించుకునేందుకు ప్రయత్నం చెయ్యక. కాల్చి చంపేస్తారు" అని అతను వెళ్ళిపోయాడు.

16

అడుగులో అడుగు వేస్తూ చెట్ల వెనకనించి బంగళా వసారా దగ్గిరికి వెళ్లి నిలబడ్డాడు రాజు. చెవులు రిక్కించుకుని వింటున్నాడు. యుగంధర్ ఏమైనదీ థామస్‌కి తెలుస్తుంది. థామస్ తన అనుచరులతో ఆ విషయం మాట్లాడతా డేమోనని రాజు ఆశ.

ఒకవేపునించి వసారాలోకి వెళ్లి నిలబడ్డాడు. వాన హోరులో తన అడుగుల చప్పుడు వినిపించదన్న ధైర్యంతో తలుపు దగ్గిరికి వెళ్ళాడు.

థామస్ కుర్చీలో కూర్చుని, కాళ్ళముందు వున్న బల్లమీద రెండుకాళ్ళూ జాపి, సిగిరెట్ తాగుతున్నాడు. రజీవ్ కాస్త దూరంలో చిన్నబల్లపైన కూర్చున్నాడు. జవాను అక్కడ లేదు.

"ఏమిటి సార్! ఆలోచిస్తున్నారు?" అడిగాడు రజీవ్ థామస్‌ని.

"ఏమీలేదు."

"నిజంగా యీ వేళ మనం అందరం అదృష్టవంతులం."

"ఏం! ఈవేళ ప్రత్యేకంగా ఏం అదృష్టం కలిగింది?"

"నేను ఆ జమునని చంపెయ్యకపోతే యీపాటికి అందరం జైల్లో వుండేవాళ్ళం" అన్నాడు రజీవ్.

థామస్ ఉలిక్కిపడి ముందుకు వొంగి "ఏమిటి? జమునని నువ్వు చంపావా?" అడిగాడు.

"అవును. మొదట్నించీ ఆ జమునమీద నాకు అనుమానంగానే వుంది. ఓ కంట కనిపెడుతూనే వున్నాను."

"జమున ఏం నేరం చేసింది? ఎందుకు చంపావు?"

"మీకు తెలియదా! జమునని ఆ హోటల్లో వుండమని బాస్ చెప్పాడు. నేనే జమునని ఆ హోటల్‌కి తీసుకెళ్ళి, గది తీసుకుని గదిలో దింపాను. బాస్‌కి జమునమీద అనుమానం వుండి వుండాలి. జమునని జాగ్రత్తగా

కనిపెడుతూ వుండమని చెప్పాడు. జమున యుగంధర్ గదిలోకి వెళ్ళడం చూశాను. నేను ఆ గది తలుపు దగ్గిరికి వెళ్ళి దాక్కుని విన్నాను. మీ గురించి ఏదో చెప్పబోతుంటే కాల్చేశాను."

"నా గురించా! యుగంధర్ అసిస్టెంటు రాజు చెప్పినదాన్ని బట్టి మనల్ని గురించి ఆమె ఏమీ చెప్పలేదు. అన్నీ అబద్ధాలు చెప్పిందిట రాజుకి. విశ్వనాథన్‌ని తన భర్త చంపాడనీ, నేనూ, తన భర్తా కలిసి పనిచేస్తున్నామని..."

రజీవ్ నవ్వి "నేను తలుపు వెనకే నిలుచుని వింటున్నానని జమునకి తెలుసు. అందుకే అలా అబద్ధాలు చెప్పింది. ఇంకొక క్షణం ఆగితే నిజం చెప్పేసేది" అన్నాడు.

"నేను నమ్మను... యింకేదో కారణం వుండి జమునని చంపేశావు. నిజం చెప్పు" అన్నాడు థామస్.

"ఏం జమునంటే మీకు అంత యిష్టమా? లేక జమునా, మీరూ కలిసి పనిచేస్తున్నారా?"

"అవును. జమునా, నువ్వూ, నేనూ అందరమూ కలిసి పనిచేస్తున్నాము. అందుకే ఆమెమీద అభిమానం నాకు."

"అలా కలిసి పని చెయ్యడం కాదు. జమున స్పెషల్ బ్రాంచి ఏజెంటు అని బాస్‌కి తెలిసింది. అందుకే ఆమెని చంపెయ్యమన్నాడు.

"జమున స్పెషల్ బ్రాంచి ఏజెంటా! బాస్‌కి ఆ విషయం ఎలా తెలిసింది? నీకెప్పుడు చెప్పాడు? నిన్నెపుడు చంపమన్నాడు?" అడిగాడు థామస్.

"జమునమీద బాస్‌కి ఎందుకు, ఎప్పుడు అనుమానం కలిగిందో నాకు తెలియదు కాని జమునతో టెలిఫోన్‌లో మాట్లాడాడుట బాస్."

"ఏమని?"

"తను స్పెషల్ బ్రాంచి డైరెక్టర్‌లా."

"ఏమని మాట్లాడాడు?"

"డిటెక్టివ్ యుగంధర్ని, రాజుని స్పెషల్ బ్రాంచి పంపించిందనీ, వాళ్ళిద్దరూ స్పెషల్ బ్రాంచి తరపునే దర్యాప్తు చేస్తున్నారనీ, వాళ్ళని కలుసుకోమనీ, తనకి విడాకులు కావాలనీ, తన భర్త హంతకుడనీ, విశ్వనాథాన్ని చంపాడనీ, ఇన్‌స్పెక్టర్ థామస్, తన భర్తా స్నేహితులనీ యుగంధర్‌కి కానీ, రాజుకు

కానీ చెప్పమన్నారుట. అలా చెపితే జమున స్పెషల్ బ్రాంచి మనిషి అని వాళ్ళు గుర్తుపడతారనీ, అదే రహస్యమైన సంజ్ఞ అనీ చెప్పారుట."

"జమున తను స్పెషల్ బ్రాంచి మనిషినని బాస్‌తో చెప్పిందా?"

"ఏమీ మాట్లాడలేదుట. అందుకే జమున నిజంగా స్పెషల్ బ్రాంచి మనిషి అయినదీ, కానిదీ తెలుసుకోవడానికి నన్ను ఆమె కూడా వెళ్లి కనిపెట్టమన్నాడు బాస్. ఆమె స్పెషల్‌బ్రాంచి మనిషి అని తేలితే చంపెయ్యమన్నాడు. చంపాను" అన్నాడు రజ్వీ.

ఇన్‌స్పెక్టర్ థామస్ సిగిరెట్ వెలిగించాడు. "అదా జమునని చంపడానికి కారణం?" అన్నాడు నెమ్మదిగా.

రాజుకి అంతా అయోమయంగా వుంది. స్పెషల్ బ్రాంచి ఏమిటి? బాస్ ఏమిటి? ఎవరు ఆ బాస్? సామాన్యమైన హత్యలు జరిగాయి అనుకున్నాడు యింతవరకూ. రాజకీయ సంబంధం వుందని వూహించనైనా లేదు. స్పెషల్ బ్రాంచి ఏజెంట్లు కూడా దర్యాప్తు చేస్తున్నారంటే విదేశ గూఢచారులకి సంబంధించిన విషయం అయివుండాలి.

ఈ విదేశ గూఢచారులు పోలీస్ ఫోర్సులో కూడా చేరుతారన్న మాట.

"యుగంధర్ని యింకా చంపెయ్యకుండా ప్రాణాలతో అట్టేపెట్టడం అంత వివేకమైన పనికాదు" అన్నాడు రజ్వీ.

"అవివేకమైన పని అని బాస్‌తో చెప్పరాదూ?"

రజ్వీ నవ్వాడు. "యుగంధర్ని పరిస్థాన్ తీసికెళ్ళాలనే ఆలోచనలో వున్నాడు బాస్. త్రాచుపాముని మెళ్ళో వేసుకున్నట్లే. చేతికి దొరికినవాణ్ణి చంపెయ్యకుండా..."

"బాస్ చంపవద్దని చెప్పిన తర్వాత నువ్వు ఏమైనా అఘాయిత్యం చేశావా తోలు వొలుస్తాడు."

"అవును. అందుకేగా ఓపికతో కాచుకున్నాను! చేతులు దురదగా వున్నాయి."

"యుగంధర్ మీద నీకెందుకంత ద్వేషం? నీకేం అపకారం చేశాడు?"

"మా అన్నయ్య నాలుగేళ్ళ క్రితం యీ దేశంలో గూఢచారిగా పనిచేశాడు. అతన్ని యుగంధర్ చంపేశాడు."

"చంపేశాడా? పట్టుకున్నాడా?"

"ఏదయితేనేం... మళ్ళీ అతన్ని నేను చూడలేదు" అన్నాడు రజ్వీ.

ముసలి జవాను లోపలికి వెళ్ళి ఎక్కడో పడుకునుండాలి. మళ్ళీ హాల్లోకి రాలేదు. ఇద్దరే వున్నారు– రజ్వీ, థామస్. ఇద్దరితో తను నెగ్గగలడా! నెగ్గితే యుగంధర్‌ని ఎక్కడ బంధించినదీ తెలుసుకోవచ్చు. ఆలోచిస్తున్నాడు రాజు.

"రాజపు తప్పించుకుని పోయినందుకు బాస్‌కి కోపం వస్తుందేమో?" అన్నాడు రజ్వీ.

"రాదు. బాస్‌కి రాజుని గురించి అంత పట్టింపు లేదు."

"అలా కాదు. ఇప్పుడు రాజు వెళ్లి పోలీస్ బలగంతో వస్తే?" అడిగాడు రజ్వీ.

"ఆ భయం లేదు బాస్‌కి" అన్నాడు థామస్.

ఇద్దరి దగ్గిరా పిస్తోళ్లున్నాయి. తను హాల్లోకి వెళ్ళగానే యిద్దరూ పిస్తోళ్ళు పేలుస్తారు. ఎలా! రాజు ఆలోచిస్తున్నాడు.

"మనం యింకా ఎంతసేపుండాలి యిక్కడ?" అడిగాడు రజ్వీ.

"బాస్ వస్తానన్నాడు. ఇక్కడే వుండమన్నాడు" చెప్పాడు థామస్. అతను ఆ మాటలు అంటుండగా కారు యింజన్ చప్పుడు వినిపించింది.

రాజు చెట్లవెనక్కి పరిగెత్తాడు. జీపుకారు వచ్చి ఆగింది వసారా ముందు. థామస్, రజ్వీ వసారాలోకి వచ్చి కారు హెడ్‌లైట్సు వెలుగులో నిలబడ్డారు.

"రాజు దొరకలేదా?" అడిగాడు జీపులోంచి.

"లేదు" అన్నాడు థామస్.

"థామస్! నువ్వు యిక్కడ వుండి ప్రయోజనం లేదు, వెళ్ళు. రాజు కనిపిస్తే ఏదో ఒక వంకపెట్టి లాకప్‌లో పెట్టు."

ఆ కంఠస్వరం ఎక్కడో విన్నట్లున్నది రాజుకి. కాని స్పష్టంగా తేల్చుకోలేక పోయాడు. నోటికి వులిపిరి కాగితం అడ్డంపెట్టుకుని మాట్లాడుతున్నట్లున్నది.

"యస్ సార్!" అన్నాడు థామస్.

"రజ్వీ! నువ్వు పాయింట్ నెంబర్ నాలుగుకి వెళ్ళు."

"యస్ సార్"

"యుగంధర్ని అక్కడ బంధించాను. నువ్వు వెళ్ళి అక్కడ కాపలా వుండు. యుగంధర్ తప్పించుకుపోకూడదు. యుగంధర్‌కి ఎటువంటి హానీ కలగ కూడదు. ఆ బాధ్యత నీది."

"యస్ సార్."

జీపుకారు స్టార్టు అయి వెళ్ళిపోయింది.

ఇన్‌స్పెక్టర్ థామస్ యెలా వెళతాడు? కారులోనా, మోటార్ సైకిల్ మీదా, కాలి నడకనా? రజ్వీ ఎలా వెళతాడు? రజ్వీని వెంబడిస్తే యుగంధర్ని బంధించిన చోటు తెలుస్తుంది. కాని రజ్వీని వెంబడించడం ఎలా! థామస్ వాహనం ఏదో దాన్ని అపహరిస్తే... ఆలోచిస్తున్నాడు రాజు.

"ఆల్‌రైట్ రజ్వీ... పద వెళదాం" అన్నాడు థామస్.

"జవానుని నిద్రలేపి మనం వెళుతున్నామని చెపుతాను" అని రజ్వీ లోపలికి వెళ్ళాడు.

థామస్ వసారాలోకి వచ్చాడు. జేబులోంచి టార్చిలైట్ తీసి వెలిగించి వెలుగు తోటలోకి వేశాడు. రాజు చెట్టు వెనక నక్కి దాక్కున్నాడు. టార్చివెలుగు ఒకచెట్టుకింద వున్న మోటార్ సైకిల్ మీద పడింది. రెండుక్షణాల తర్వాత థామస్ టార్చి ఆర్పేసి, జేబులోంచి రెండు పిస్తోళ్ళు తీశాడు. వాటిలో తూటాలున్నాయోలేవో చూసి, రెండింటినీ నేలమీద పెట్టాడు. అంతలో రజ్వీ వస్తున్న అలికిడి అయింది.

"రజ్వీ! మోటార్ సైకిల్ తాళంచెవి లోపలున్నదా?" అంటూ ఒక పిస్తోలు తీసుకుని థామస్ లోపలికి వెళ్ళాడు. అదే అవకాశం- ఒక పిస్తోలు థామస్ మరిచిపోయాడు. రాజు ఒక్క పరుగున వసారా దగ్గిరికి వెళ్ళి, పిస్తోలు తీసుకుని మోటార్ సైకిల్ వున్నవైపు పరిగెత్తాడు.

17

"ఏం నిర్ణయించారు యుగంధర్?" అడిగాడు గూఢచారుల నాయకుడు.

యుగంధర్ చిన్నగా నవ్వి "నాకు వేరే గత్యంతరం లేదుగా! ఒప్పుకోకపోతే చావు తప్పదుగా" అన్నాడు.

"అవును. మీరు పరిస్థాన్ రావడానికి నిశ్చయించినందుకు చాలా సంతోషంగా వుంది. మిమ్మల్ని తీసికెళ్ళి మా ప్రభుత్వానికి ఒప్పచెపితే నన్నెంతో గౌరవిస్తారు. థాంక్స్ యుగంధర్!" అని క్షణం ఆగి "విమానం ఎక్కాక మీ కట్లు వూడతీస్తాను. అంతవరకూ మీరు యీ యిబ్బంది భరించాలి" అన్నాడు.

"ఫర్వాలేదు" జవాబు చెప్పాడు యుగంధర్.

"యు ఆర్ ఏ స్పోర్ట్! ఈ రాత్రే ప్రయాణం ఏర్పాటు చేశాను. ముందు హెలికాప్టర్‌లో బయలుదేరుదాం. హెలికాప్టర్ ఒకచోట దిగుతుంది. అక్కడ మా ప్రభుత్వపు విమానం తయారుగా వుంటుంది. అది ఎక్కామంటే పరిస్థాన్‌కి వెళ్ళిపోతాము ఏ ఆపదా లేకుండా" అని చెప్పి అతను వెళ్ళిపోయాడు.

విమానం ఎక్కేలోపున తప్పించుకోడానికి తనకి అవకాశం దొరుకుతుందనే ఆశ యుగంధర్‌కి లేకపోలేదు. ఒకవేళ పరిస్థాన్‌కి తీసికెళ్ళినా అక్కణ్ణించి తప్పించుకుని స్వదేశానికి రాగలననే ధైర్యమూ వుంది. అతనికి మాట యిచ్చాడు కనుక మాట తప్పకూడదనే నియమం అంతకన్నా లేదు. పరిస్థాన్‌కి ఏ అపకారమూ చెయ్యని, ఎన్నడూ ఎటువంటి అపచారమూ తలపెట్టని భారతదేశం మీద కత్తిగట్టి, భారతదేశాన్ని సర్వనాశనం చెయ్యాలనే పరిస్థాన్ ప్రభుత్వానికీ, ఆ ప్రభుత్వపు గూఢచారులకీ యిచ్చే వాగ్దానాలు పాటించవలసిన అవసరం లేదని యుగంధర్ విశ్వాసం.

ఎలా తప్పించుకోవాలో యిప్పుడు ఆలోచించి ప్రయోజనం లేదు. అవకాశం కలగగానే సద్వినియోగం చేసుకోవాలి అనుకున్నాడు.

✤ ✤ ✤

చేతిలో పిస్తోలు వుంది కనుక రజ్వీనీ, థామస్‌నీ బెదిరించి లొంగదీయ వచ్చు. ఇద్దరూ దేశద్రోహులు కనుక అవసరమైతే కాల్చిపారెయ్యవచ్చు అనుకున్నాడు రాజు. కాని ఏమిటి ప్రయోజనం! రజ్వీని వెంటాడితే యుగంధర్ ఎక్కడ బంధింపబడ్డదీ తెలుస్తుంది. ఈ యిద్దర్నీ ఎంత బెదిరించినా, ఎంత హింసించినా చెప్పరు. రహస్యాలు చెప్పకుండా యెలా మొండి కెయ్యాలో గూఢచారులకి యిచ్చే మొదటి శిక్షణ... ఆ విషయం రాజుకి తెలుసు. కనుక రజ్వీకి తెలియకుండా అతన్ని పాయింటు 4కి వెంటాడడమే వివేకమైన పని.

రాజు మోటార్ సైకిల్ స్టార్టు చెయ్యకుండా తోసుకుని చాలా దూరం తీసికెళ్ళాడు. రోడ్‌కి దగ్గిరిగా ఆపి కాచుకున్నాడు. రజ్వీ కానీ, థామస్ కానీ ఎదురుపడితే కలియబడక తప్పదు. తనకై తను వాళ్ళకి యెదురుపడకూడదు. వాళ్ళిద్దరి మాటలూ వినిపిస్తున్నాయి.

"మోటార్ సైకిల్ ఏమైంది?" అడిగాడు రజ్వీ.

"ఏమో! ఇందాక యిక్కడే చూశాను."

"ఆ రాజు తీసికెళ్ళాడేమో."

"అయివుండవచ్చు."

"మోటార్ సైకిల్ స్టార్ట్ అయిన చప్పుడు కాలేదే?"

"అతను డిటెక్టివ్! అంత తెలివితక్కువవాడు కాదు. కొంతదూరం తోసుకు వెళ్ళి స్టార్టు చేసివుంటాడు."

"అయితే చాలాదూరం వెళ్ళిపోయి వుంటాడు. మనకి చిక్కడు."

"ఇప్పుడు యిక అతన్ని వెంటాడగలమా? ఎటు వెళ్ళాడో?"

"ఏం చేద్దాం... మనం వెళ్ళిపోదాం."

"నేను కారులో వెళుతున్నాను. మీరు ఎలా వెళతారు?"

"బస్‌స్టాప్ దగ్గిర దింపెయ్యి."

"సరే. రండి" అన్నాడు రజ్వీ.

బంగళా వెనకవైపుకి వెళ్ళారు యిద్దరూ. అయిదు నిముషాల తర్వాత కారు స్టార్టు అయిన చప్పుడు అయింది. నిముషంలో గేటువైపు వచ్చింది.

రాజు కారు వందగజాలు వెళ్ళేటంతవరకూ కాచుకున్నాడు. తర్వాత మోటార్ సైకిల్ స్టార్టు చేశాడు. హెడ్‌లైటు వెలిగించకుండా కారుకి బాగా వెనకగా వెళుతున్నాడు.

అది ట్రంక్‌రోడ్. మైలురాళ్ళు కనిపిస్తున్నాయి. కాని బాగా చీకటిగా వుండడం వల్ల వూరికి ఎంత దూరంలో వున్నదీ, ఏ ట్రంకురోడ్ అయినదీ తెలియలేదు రాజుకి.

పదిమైళ్ళు వెళ్ళిన తర్వాత దూరంలో దీపాలు కన్పించాయి. బహుశా అదో చిన్న వూరు అయివుండాలి అనుకున్నాడు. రజ్వీ, థామస్ వెళుతున్న

కారు అక్కడ ఆగింది. మోటార్ సైకిలు దూరంగా ఆపాడు రాజు. థామస్ కారు దిగి రజ్వీతో మాట్లాడుతున్నాడు. అదే అవకాశం అనుకుని రాజు వెళ్ళి మైలురాయిచూశాడు. కోయంబత్తూరు పన్నెండు మైళ్ళ దూరం వుంది. అంటే కోయంబత్తూరుకి ఇరవై రెండుమైళ్ళ దూరంలో వున్న బంగళాలో తనని బంధించారన్న మాట. యుగంధర్‌ని బంధించిన పాయింటు 4 ఎక్కడున్నదో అనుకున్నాడు. అంతలో కారు స్టార్టు అయింది. థామస్ కారు ఎక్కలేదు. అంటే థామస్ బస్సుకోసం రోడ్‌మీద కాచుకున్నాడన్న మాట.

రాజు పెద్ద చిక్కులో పడ్డాడు. తను కారుని వెంబడిస్తే థామస్ తనని గుర్తుపడతాడు.

ఏంచెయ్యాలి! రజ్వీ వెళుతున్న కారుని యింకా దూరం వెళ్ళనిస్తే తను ఆ కారుని వెంబడించడం కష్టమవుతుంది.

రాజు మోటార్ సైకిల్ స్పీడు బాగా హెచ్చించాడు. తల ముందుకి వంచాడు. థామస్‌కి నెంబర్ ప్లేట్ కనిపించకూడదు. ఊహిస్తాడా! ఊహించి ఏం చేస్తాడు! తనని వెంబడించేందుకు థామస్‌కి వేరే వాహనం లేదు.

రాజు దగ్గిరికి వచ్చే సమయానికి థామస్ ఒక కిళ్ళీ కొట్టులోకి వెళ్ళి ఏదో కొంటున్నాడు. రాజుని కాని, మోటార్ సైకిల్‌ని కాని గమనించలేదు.

రాజు బాగా స్పీడు ఎక్కించాడు. రజ్వీ కారు యాభై మైళ్ళ స్పీడున వెళుతోంది. అరవైమైళ్ళ స్పీడున కొంతదూరం వెళ్ళి రజ్వీ కారు అరఫర్లాంగు దూరంలో వుండగా రాజు కూడా యాభైమైళ్ళ స్పీడుకి తగ్గించాడు.

అయిదు మైళ్ళు వెళ్ళి కుడివైపుకి యింకో రోడ్‌లోకి తిరిగాడు రజ్వీ. రాజుకూడా అటు తిప్పుతూ బోర్డు చూశాడు. సిరిమాలి 44 మైళ్ళు అని వుంది. రోడ్ బాగా యిరుకుగా, గతుకులు గతుకులుగా వుంది. అందువల్ల రజ్వీ స్పీడు ఇరవై అయిదు మైళ్ళకి తగ్గించాడు. రాజు చెవులు రిక్కించుకుని, రెండు కళ్ళూ అప్పగించి ముందు వెళుతున్న కారుని చూస్తూ వెళుతున్నాడు. రజ్వీ ఏ కారణంవల్లనైనా కారు ఆపితే తనూ ఆపాలి. లేదా మోటార్ సైకిల్ ఇంజన్ చప్పుడు అతనికి వినపడుతుంది.

రెండు చిన్న పల్లెటూళ్ళు దాటారు. పదమూడు మైళ్ళు ప్రయాణం చేశారు. చిన్న చిన్న దిబ్బలు, గుబురుగా వున్న చెట్లు, చీకటి. ఇంకా ఎంత

దూరమున్నదో పాయింటు 4! అక్కడ ఎంతమంది వుంటారో! యుగంధర్ని వాళ్లనించి తప్పించే అవకాశం వుంటుందా తనకి? లేక తనూ వాళ్ళకి చిక్కిపోతాడా? ఈ ఆలోచనలతో రాజు మెదడు వేడెక్కి పోతోంది.

రజ్వీ కారు ఎడంవైపు మళ్ళించాడు. అది రోడ్డా లేక గేటా! ఇంటిగేటు అయితే కారు ఆపుతాడు. మోటార్ సైకిల్ చప్పుడు వినిపిస్తుంది. రాజు యింజన్ ఆఫ్ చేసి సైకిల్ని పోనిస్తున్నాడు. రజ్వీ కారు యింజన్ హోరు వినపడడంలేదు. అంటే అతడు కారు ఆపాడన్న మాట. ఇల్లే అయివుండాలి. పాయింటు నెం. 4 యిదే అయ్యుంటుంది. మోటార్ సైకిల్ దిగాడు. నెమ్మదిగా నెట్టుకుంటూ, రోడ్పక్కకి తీసికెళ్ళి పొదల వెనక దాచి బయలుదేరాడు కాలినడకన.

అలా కొంతదూరం నడిచాడు. ఎక్కడా గేటు కనపడలేదు. కారు యెటు వెళ్ళింది? చీకట్లో ఎడంవైపు చూస్తున్నాడు. కారు కనపడలేదు. ఏమైంది? కారు మళ్ళిన చోటు దాటి వచ్చేశానన్న అనుమానం కలిగి రాజు వెనక్కి తిరిగాడు. ఒంగి రోడ్మీద పరీక్ష చేశాడు కారు టైర్గుర్తులు కనపడతాయేమో నని. చీకట్లో ఏమీ కనిపించడంలేదు. అగ్గిపుల్ల గీసి, రెండు అరిచేతులూ వెలుగుకి అడ్డం పెట్టి ఆ వెలుగులో రోడ్ పరీక్ష చేశాడు. టైర్ గుర్తులు లేవు. కొంచెం దూరం వెనక్కి నడిచి మళ్ళీ అగ్గిపుల్ల గీశాడు. ఈసారి టైర్గుర్తులు కనిపించాయి. అగ్గిపుల్లలు వెలిగిస్తూ, టైర్గుర్తులు చూసుకుంటూ కారు వెళ్ళిన వైపు వెళ్ళాడు.

గేటు లేదు. రోడ్ లేదు. చెట్లు, చెట్లవైపు పల్లం. కారు ఆ పల్లంలోకి వెళ్లింది. రాజు అటు వెళ్ళాడు. అడుగులో అడుగు వేసుకుంటూ ముందుకి, చెట్లలోకి, వెలుగువైపుకి నడిచాడు. అయిదారు అడుగులు వేశాడు. ఏదో చప్పుడయింది. ఆగిపోయాడు. అయిదు నిముషాలు చెవులు రిక్కించుకుని విన్నాడు. చెట్ల ఆకులు కదలడంలేదు. బ్రహ్మాండమైన నిశ్శబ్దం. రాజు రాతి బొమ్మలా నిలబడ్డాడు. ఆ రజ్వీ తను రావడం చూశాడా? తనకోసం కాచుకున్నాడా?

అయిదు నిముషాల తర్వాత అడుగు తీసి అడుగువేశాడు. రాజు పాదం ఎండిన పుల్లలమీద పడి చిటపట చప్పుడయింది. ఆ చప్పుడుతోపాటు ఏదో

క్రూరమృగం మీదికి వురికినట్లయింది. రెండు బలమైన చేతులు రాజు మెడ పట్టుకున్నాయి.

రాజు తల విదిలించాడు. రెండు కాళ్ళూ ఎత్తి వెనక్కి బలంగా లాక్కున్నాడు తనని పట్టుకున్న మనిషితోపాటు కిందపడడానికి. ప్రయోజనం లేకపోయింది. బలంగా గొంతు నొక్కేస్తున్నాయి అతని చేతులు. పిస్తోలు పట్టుకున్న చెయ్యి పైకెత్తి, తనని పట్టుకున్న మనిషి తలమీద ఒక దెబ్బ కొట్టడానికి ప్రయత్నించాడు రాజు. అతను రాజుమెడ మీదినించి చెయ్యి తీసేసి, రాజు చేతిలో వున్న పిస్తోలు తీసుకుని దూరంగా విసిరేశాడు.

"రాజూ! నువ్వు నన్ను వెంబడిస్తున్నావని నాకు తెలుసు. నీకోసం కాచుకున్నాను. చిక్కావు" అన్నాడు అతడు గర్వంగా.

రాజు ఆ కంఠస్వరం గుర్తుపట్టాడు. అతను రజ్వీ. అతనితో మాట్లాడి రాజు ఊపిరి వృధా చేసుకోదలుచుకోలేదు. మెడమీదనించి ఒకచెయ్యి తీశాడు రజ్వీ. అదే అవకాశం. అతని యింకో చెయ్యి తనమెడమీదనించి లాగేసి వెనక్కి వంచాడు.

"నాతోనా నువ్వు కలియబడతావు! బుద్ధి చెపుతాను" అంటూ రజ్వీ కిందికి వొంగి రాజు రెండుకాళ్ళూ పట్టుకుని ఒక్కలాగు లాగాడు. రాజు కట్టె విరిగినట్లు కిందపడ్డాడు. వెంటనే రజ్వీ రాజు ఛాతీమీద కూర్చుని రెండు పిడికిళ్ళతో రాజు మొహాన్ని చితకబాదడం ప్రారంభించాడు. కళ్ళమీదా, కణతలమీదా, ముక్కుమీదా, నోటిమీదా, గెడ్డంమీదా, మెడమీదా, చెవులమీదా దెబ్బలు పడుతున్నాయి.

రాజు మొహం పక్కకి తిప్పుకోవడానికి వీలులేకపోయింది. రజ్వీ తన రెండు మోకాళ్ళ మధ్యా రాజు తలని బిగించాడు. రాజు వూపిరి బిగపట్టి, రెండుకాళ్ళూ పైకెత్తి రజ్వీ మెడచుట్టూ పెనవేసి, రజ్వీని వెనక్కి తోసేశాడు. రజ్వీ వెనక్కి పడుతుండగా రాజు రజ్వీ ఛాతీమీద ఎగిరి కూర్చున్నాడు. క్షణంలో పరిస్థితి తారుమారు అయింది. రజ్వీ కాళ్ళు పైకి ఎత్తకుండా రాజు తన కాళ్ళతో అతని తొడలమీద నొక్కిపెట్టి మెడ పట్టుకున్నాడు.

"నిన్ను చంపేస్తాను" అన్నాడు పళ్ళు పటపట కొరుకుతూ.

రజ్వీ మాట్లాడే స్థితిలో లేడు.

"యుగంధర్ ఎక్కడున్నారు? ఈ యింట్లోనేనా?"

రజ్వీ తల కదిల్చాడు.

"చెప్పు. లోపల ఎంతమంది కాపలా వున్నారు?" రాజు అతని మెడమీద చేతులు కొద్దిగా సడలించి అడిగాడు. రజ్వీ జవాబు మాటల్లో చెప్పలేదు. ఒక్కసారిగా మనిషి అంతా లేచాడు. రాజు వెనక్కి పడిపోయాడు. రజ్వీ మళ్ళీ తన ఛాతీమీదికి రాకుండా రాజు రజ్వీ డొక్కలని కాళ్ళతో నొక్కిపెట్టాడు. ఇద్దరూ మట్టిలో కిందపడున్నారు. ఎవరికి ఎవరు చిక్కుతారా అని చేతులు జాపి, చీకట్లో నేలని తడుముతూ, రొప్పుతూ కాచుకున్నారు.

"నిన్ను కాల్చి చంపెయ్యవలసింది" అన్నాడు రజ్వీ.

రాజుకి రజ్వీ కాళ్ళు దొరికాయి. అతని రెండు కాళ్ళనీ పైకి ఎత్తాడు.

రజ్వీ తలకింద, కాళ్ళు పైన, కళ్ళు వెళ్ళుకు వస్తున్నాయి.

"ఇప్పుడు చెప్పు! లోపల ఎంతమంది వున్నారు?"

రజ్వీ జవాబు చెప్పలేదు.

"జవాబు చెప్పకపోతే చాకలి బట్టలను వుతికినట్లు నిన్ను చెట్టుకేసి కొడతాను" అన్నాడు రాజు పట్టలేని కోపంతో. రజ్వీ చేతులు రాజుకాళ్ళకి తగిలాయి. తన కాళ్ళని పట్టుకుని లాగడానికి ప్రయత్నిస్తున్నాడని గ్రహించి రాజు కాళ్ళు వెనక్కి లాక్కుని "పిచ్చివేషాలు వెయ్యక, ప్రాణాలు ఎగిరిపోతాయి" అన్నాడు.

రజ్వీ నవ్వాడు. "ఎవరి ప్రాణాలు రా?" అన్నాడు. ఆ పోట్లాటలో, గొడవలో రాజు గమనించనే లేదు. ఎప్పుడొచ్చిందో ఓ కారు వచ్చింది అక్కడికి. కారు హెడ్‌లైట్సు వాళ్ళిద్దరిమీదా పడ్డాయి. ఆ హెడ్‌లైట్సు వెలుగులో చూశాడు రాజు రజ్వీ చేతిలో పిస్తోలు. తనవైపు గురిపెట్టి మీట నొక్కబోతున్నాడు. తన పొట్టమీదికి పిస్తోలు గురిపెట్టి నొక్కుతున్నాడు. అతన్ని వదలి పారిపోవడానికి కూడా వ్యవధి లేదు రాజుకి.

ఢాం అని చెవులు చిల్లులు పడే చప్పుడయింది.

18

డిటెక్టివ్ యుగంధర్ చేతులకి కట్టిన కట్లు విప్పుకునేందుకు బ్రహ్మప్రయత్నం చేస్తున్నాడు. గోడకి రెండుచేతులూ ఆనించి రాసి ఆ రాపిడికి తాళ్లు తెగుతా యేమోనని ప్రయత్నించాడు. ప్రయోజనం లేకపోయింది. చేతులు వెనక్కి విరవకుండా ముందుకే వుంచి కట్టివుంటే సులభంగా విప్పేసుకునేవాడు పళ్ళతో. చేతులు వెనక్కి విరిచి కట్టడం వల్ల ఎన్ని చుట్లు చుట్టారో, ముడి ఎక్కడ వుందో, ఎంత లావు తాడో తెలియలేదు. పంచె కట్టుకు వచ్చాడు. పాంటు వేసుకుని వుంటే బకిల్‌కి వుండే సూదినైనా వుపయోగించి విప్పేసుకునే వాడు.

ఈసారి తనకోసం వాళ్ళు వస్తే యిక తప్పించుకునేందుకు అవకాశం వుండదు. హెలికాప్టర్ వచ్చిన తర్వాతే తనని తీసుకువెళ్ళేందుకు వస్తారు. ఒకసారి హెలికాప్టర్ ఎక్కించారంటే యిక తప్పించుకోవడం సాధ్యం కాదు. గదిలో తనకి ఉపయోగపడే వస్తువులు ఏమైనా వున్నాయేమో చూడడానికి వీలులేకుండా కటికచీకటి.

యుగంధర్ అతికష్టంమీద లేచి నిలుచున్నాడు. రెండుకాళ్ళూ కట్టి వుండగా నిలబడడం సులభం కాదు. కాళ్ళకీ, చేతులకీ రక్తం పారేందుకు, తిమ్మిర్లు ఎక్కకుండా వుండేందుకు రెండుసార్లు బస్కీలు తీశాడు. తర్వాత మళ్ళీ పడుకుని తలుపువైపు దొర్లాడు. తలుపుకి బాగా దగ్గిరిగా వెళ్ళాక లేచి నిలుచున్నాడు. వీపు తలుపువైపు పెట్టి అరిచేతులతో వీలయినంతవరకూ తలుపుని ముట్టుకుని పరీక్ష చేసి చూశాడు. గడియ వుందా! గడియకి చివర్న మొనతేలి వుందా? గడియేలేదు లోపల. బయట గడియ వుండి వుంటుంది. బయట తాళంవేసి వుంటారు అనుకున్నాడు.

తలుపు అంచులు తడిమిచూశాడు తలుపుకి వుండే కీళ్ళ కోసం. చేతికి తగిలింది తలుపుకి వున్న కీలొకటి. దాని మేకులు తడిమి చూశాడు. బాగా లోపలికి బిగించి వున్నాయి. మొన పైకి లేదు. కీలుచివర్న చూశాడు. సన్నని మొన వుంది. వేళ్ళతో నొక్కిచూశాడు. అంచులు తడిమి చూశాడు. చాలాసేపు పడుతుంది. అయినా అదొకటే మార్గం అనుకుని తాళ్ళని ఆ మొనకి తగిలించి లాగడం ప్రారంభించాడు. అదురుకి తలుపు చప్పుడయి కాపలా వున్నవాళ్ళు

పరిగెత్తుకు వస్తారేమోనని తలుపుని కాళ్ళతో నొక్కిపెట్టాడు. పదినిముషాల తర్వాత ఫట్‌మన్నది ఒక తాడు.

యుగంధర్ గుండె సంతోషంతో వురకలు వేసింది. కీలు మొన చేతికి చాలాసార్లు గుచ్చుకున్నది. రక్తం కారింది. అయినా యుగంధర్ తన ప్రయత్నం మానలేదు.

అరగంట తర్వాత కట్లు వూడిపోయాయి. యుగంధర్ చేతులు రెండూ స్వాధీనంలోకి వచ్చాయి.

చేతులు వొదుల్చుకున్న తర్వాత కాళ్ళకట్లు విప్పుకోవడం కష్టమైన పనికాదు. కట్లన్నీ విప్పుకొని తలుపు లాగి చూశాడు. చాలా గట్టి తలుపు. బయట తాళం వేసి వుండాలి. తన్నినా ఎంత బలం ప్రయోగించినా రాదని గ్రహించాడు. ఇంకో తలుపు లేదు.

కనుక ఎవరయినా తనకోసం వచ్చినపుడు అమాంతం వాళ్ళమీద పడి తప్పించుకుపోవాలి.

యుగంధర్ కాచుకున్నాడు.

అంతలో దగ్గిర్లో ఎక్కడో ధాం అని పిస్తోలు పేలిన చప్పుడయింది.

ఏమైంది? ఎవరు పిస్తోలు పేల్చారు? రాజు వచ్చాడా తను పెట్టిన గుర్తు చూసి!

యుగంధర్ కాచుకున్నాడు.

✤ ✤ ✤

పిస్తోలు ధాం అని చప్పుడు కాగానే రజ్వీ పిస్తోలు పేల్చాడనీ, తన ప్రాణం పోతుందనీ రాజు క్షణంపాటు అనుకున్నాడు. రజ్వీ చేతివైపు చూశాడు.

రజ్వీ పిస్తోలులోంచి పొగరావడం లేదు సరికదా రజ్వీ ఛాతీమీద ఎర్రని రక్తం మరక ఏర్పడుతోంది. కళ్ళు తేలేశాడు.

రజ్వీ పిస్తోలుతో కాల్చిచంపబడ్డాడు. రాజుకి అర్థమైంది. తల ఎత్తి జీపువైపు చూశాడు. జీపులో ఎవరో వున్నారు.

"డామ్‌యు! రజ్వీని కాల్చేశావా?"

"రజ్వీనా? అయ్యో పాపం! పిస్తోలు పట్టుకున్నది రాజనుకున్నాను" ఇన్‌స్పెక్టర్ థామస్ అన్నాడు.

రాజు యిక వాళ్ళ మాటలు వినదలుచుకోలేదు. ఏ అదృష్టదేవతో తనని కాపాడింది. తను తాత్సారం చేస్తే ఇన్‌స్పెక్టర్ థామస్ పొరపాటు సరిదిద్దుకుంటాడు. రాజు పరిగెత్తాడు. చీకట్లోకి... చెట్లమధ్యకి పరిగెత్తాడు.

"రాజు పారిపోతున్నాడు. షూట్! షూట్ హిమ్!" అరిచాడు జీపులో వున్న మనిషి.

ఢాం! ఢాం! అని చప్పుడయింది. రాజుకి యిటూ, అటూ అయిదారు అడుగుల దూరంలో గుళ్ళు పడుతున్నాయి.

"ఇక కాల్చి ప్రయోజనం లేదు. వెళ్ళి పట్టుకోవల్సిందే" అన్నాడు ఇన్‌స్పెక్టర్ థామస్.

"క్విక్! ఇప్పుడు... యిప్పుడా మనకి విఘ్నం! కనిపిస్తే కాల్చి చంపెయ్యండి" అరిచాడు గూఢచారుల నాయకుడు. జీపులోంచి నలుగురు దిగి పరిగెత్తారు. రాజు బాగా దూరంగా వెళ్ళి ఆగి నిలుచున్నాడు పిస్తోలు చేతిలో తయారుగా పట్టుకుని. ఎవరయినా సరే దగ్గిరికి వస్తే కాల్చెయ్యడానికి సిద్ధంగా వున్నాడు. రాజుకోసం వెతుకుతున్న వాళ్ళకి ఆ విషయం తెలుసేమో! పదినిముషాల తరువాత "ఎక్కడా లేదు" అని అరిచారు.

"ఎంతపని చేశావు థామస్! నువ్వు జోక్యం కల్పించుకుని వుండకపోతే రజ్వీ రాజుని చంపేసేవాడు. అందరిలోకీ సమర్థుడయిన రజ్వీని చంపడమే కాక రాజుని తప్పించుకుపోనిచ్చావు" అరిచాడు గూఢచార్ల నాయకుడు.

"అయామ్ వెరీసారీ. రాజు రజ్వీని చంపేస్తున్నాడని అనుకున్నాను. లేకపోతే రాజునే కాల్చిపారేసేవాణ్ణి" అన్నాడు థామస్.

"ఆల్‌రైట్! ఆల్‌రైట్! ఇపుడిక చర్చిస్తూ కూర్చునేందుకు వ్యవధి లేదు. ఇంకో అరగంటలో వస్తుంది హెలికాప్టర్. వెళ్ళిపోవాలి. ఆ రాజు విషయం ఏం చేద్దాం?"

"అరగంటలో వెళ్ళిపోతున్నారుగా! ఆ రాజు ఏం చెయ్యగలడు?"

"వాడు వెళ్ళి పోలీసులకి రిపోర్టు చేసి..."

"రాజు పిలిస్తే పోలీసులు ఎవరూ రారు. అయినా అతను వూళ్ళోకి వెళ్ళి తిరిగి రావడానికి గంటపైన పడుతుంది. ఈలోగా మీరూ, యుగంధర్ ఎలాగూ వెళ్ళిపోతారుగా."

"ఎస్. నేను వెళ్ళిపోయిన తర్వాత యీ దేశంలో గూఢచారుల నాయకత్వం వహించవలసిన వాడివి నువ్వు. రాజు నీ కంఠస్వరం విన్నాడు. నిన్ను గుర్తుపడ్తాడు. నిన్ను పట్టిస్తాడు."

థామస్ నవ్వాడు. "మీకా అనుమానం వుంటే ఇప్పుడే నేను వెళ్ళి రాజుని పట్టుకోవడమో, చంపెయ్యడమో చేస్తాను" అని జీపు దిగాడు.

"యస్! ఆ పని చెయ్యి. పట్టుకోవాలనే తాపత్రయం అనవసరం. అతనితో మనకి పనిలేదు. కనిపిస్తే కాల్చిపారెయ్యి."

ఇన్‌స్పెక్టర్ థామస్ చీకట్లోకి, చెట్లమధ్యకి నడిచాడు.

✤ ✤ ✤

తలుపు తీస్తున్న చప్పుడు అవుతోంది. ఒకడే వచ్చి వుంటే తను కలియబడి నెగ్గవచ్చు. ఇద్దరో, ముగ్గురో, నలుగురో వస్తే ఒకణ్ణి తన్ని తప్పించుకున్నా మిగతావాళ్ళు తనని పట్టుకుంటారు. కనుక తొందరపడడం అవివేకమైన పని. యుక్తి వుపయోగించాలి. యుగంధర్ గబగబ కాళ్ళకి తాళ్ళు చుట్టుకున్నాడు. చేతులకీ కట్లు కట్టుకుని పడుకున్నాడు. తలుపు తెరుచుకుంది. టార్చి వెలుగు గదిలో పడింది.

"హల్లో యుగంధర్! హౌ ఆర్ యు?" అంటూ గూఢచారుల నాయకుడు లోపలికి వచ్చాడు. అతని వెనకాల యిద్దరున్నారు.

తను తొందరపడి వాళ్ళమీదికి వురకనందుకు యుగంధర్ లోలోన సంతోషించుకున్నాడు. వాళ్ళిద్దరి చేతుల్లో పిస్తోళ్ళున్నాయి.

"ఏమిటి బయట ఏదో గొడవ జరుగుతోంది! పిస్తోలు కాల్పులు వినపడ్డాయి" అడిగాడు యుగంధర్.

"మీ అసిస్టెంటు రాజు మాకు చాలా ట్రబుల్ యిస్తున్నాడు."

యుగంధర్ గుండె దడదడమన్నది.

"ఏం జరిగింది? రాజు యక్కడికి వచ్చాడా?" అడిగాడు.

"ఆ! అతన్ని పట్టుకుని బంధించాము. తప్పించుకు పారిపోయాడు. మా మనిషి రజ్వీని వెంబడించి ఇక్కడికి వచ్చాడు. మేము వచ్చే సమయానికి రజ్వీ, రాజూ పోట్లాడుతున్నారు. ఇన్‌స్పెక్టర్ థామస్ రాజుని కాల్చబోయి పొరపాటున రజ్వీని కాల్చాడు. రాజు తప్పించుకు పారిపోయాడు. ఇన్‌స్పెక్టర్ థామస్ రాజుని పట్టుకునేందుకు వెళ్ళాడు."

యుగంధర్ నిట్టూర్చాడు. ఈ కిరాతకులు రాజుని చంపేశారేమోనని భయపడ్డాడు. "రాజుని పట్టుకుని ఏం చేస్తారు?" అడిగాడు.

యుగంధర్‌కి రాజుమీద వున్న ఆపేక్ష గ్రహించి "కట్టి పడెయ్యమన్నాను. మనం వెళ్ళిపోయిన తర్వాత వదిలెయ్యమన్నాను. యుగంధర్! ఇంకో యిరవై నిముషాలలో హెలికాప్టర్ వస్తుంది. మనం వెళ్ళిపోవాలి. తయారుగా వున్నారు కదూ?" అడిగాడు.

"తయారే" అన్నాడు యుగంధర్.

అంతలో తలుపుదగ్గిర చప్పుడయింది.

"ఎవరది?" అడిగాడు గూఢచారుల నాయకుడు.

"థామస్‌ని."

"రా? ఏమయ్యాడు రాజు?"

థామస్ జవాబు చెప్పలేదు. గూఢచార్ల నాయకుడే థామస్ దగ్గిరికి వెళ్ళి అతని చేతిమీద చెయ్యివేసి, గోటితో గీరి "తప్పించుకుపోయాడా? పట్టు పడ్డాడా?" అడిగాడు.

"పట్టుకుని కట్టిపడేశాను" అన్నాడు థామస్.

"గుడ్!" అని రహస్యంగా "చంపేశావా?" అడిగాడు.

"అవును. కాల్చేశాను..." అన్నాడు థామస్.

ఆ నిశ్శబ్దంలో రహస్యం వినిపించింది యుగంధర్‌కి. నిముషంపాటు యుగంధర్ తల తిరిగిపోయింది. కాని వెంటనే తేరుకున్నాడు. రాజు చావలేదు, చావడు. ఇన్‌స్పెక్టర్ థామసేగా రాజుని చంపానని చెప్పింది! రాజు తప్పించుకుని వుండాలి అనుకున్నాడు.

"థామస్! యుగంధర్ కాళ్ళ కట్లు, చేతుల కట్లు బాగా గట్టిగా కట్టు" చెప్పాడు గూఢచార్ల నాయకుడు.

టార్చి వెలుగు యుగంధర్ మీదికి వేసి ఇన్‌స్పెక్టర్ థామస్ ముందుకి జరిగాడు. యుగంధర్ కాళ్లచుట్టూ చుట్టుకున్న తాళ్ళు ముట్టుకుని "యస్! చాలా గట్టిగా వున్నాయి" అని చేతులకి వున్న తాళ్ళు పరీక్ష చేసి "ఇవీ గట్టిగానే వున్నాయి" అన్నాడు.

"లేచి నిలుచోండి యుగంధర్" అన్నాడు నాయకుడు.

"ఎవరది మీ వెనుక?" అరిచాడు థామస్.

నాయకుడు చటుక్కున వెనక్కి తిరిగాడు. చేతిలో వున్న టార్చికూడా వెనక్కి తిప్పాడు. "ఎవరూ లేరే" అన్నాడు.

"నీడలా వుంది... మీ నీడే అయివుండాలి" థామస్ నవ్వాడు.

"వాటీజ్ దిస్ థామస్! నువ్వు యీవేళ యింత నెర్వస్‌గా తయారయ్యావు?"

థామస్ జవాబు చెప్పలేదు. అంతలో లీలగా యింజన్ హోరు వినిపించింది.

"హెలికాప్టర్" అన్నాడు నాయకుడు.

"అవును. అదే చప్పుడు" థామస్ జవాబిచ్చాడు.

"పదండి! ఆలస్యం అనవసరం. హెలికాప్టర్ దిగగానే ఎక్కి వెళ్ళిపోవచ్చు" అన్నాడు నాయకుడు.

✤ ✤ ✤

చెట్ల వెనక నక్కి దాక్కున్న రాజు పిస్తోలు పట్టుకొని తయారుగా వున్నాడు. థామస్ తన దగ్గిరికి వస్తే కాల్చివెయ్యాలనుకున్నాడు.

కాని థామస్ దగ్గిరికి రాలేదు. బాగా దూరంగా వుండే పిస్తోలు పేల్చాడు. అదీ రాజు నిలుచున్నవైపు కాదు. ఆకాశంలోకి. తర్వాత వెళ్ళిపోయాడు.

థామస్ ఎందుకు అలా చేశాడో రాజుకి అర్థం కాలేదు. థామస్ పిరికివాడు. చీకట్లోకి రావడానికి భయపడ్డాడు. చీకట్లో ఏ మూలో నక్కి నిలుచున్న తను పిస్తోలుతో కాలుస్తాడని భయపడి వుండాలి. అందుకే తన బాస్‌కి అబద్ధం చెప్పడానికి గాలిలో పిస్తోలు పేల్చి వెళ్ళిపోయాడు అనుకుని రాజు చెట్ల వెనుకనించి కదిలాడు.

✤ ✤ ✤

వసారా మెట్లు దిగి ఒక గుంపు రావడం చూసి రాజు మళ్ళీ చెట్ల వెనక్కి వెళ్ళి దాక్కున్నాడు. చీకటిలో వాళ్ళు ఎవరో స్పష్టంగా కన్పించడం లేదు. కాని వాళ్ల కంఠస్వరాలని బట్టి థామస్, అతని నాయకుడు వాళ్ళల్లో వున్నారని రాజు గ్రహించాడు.

"ఖాళీస్థలంలో కుడివైపున దీపాలు చూపించాలి. లేకపోతే ఎలా దిగుతాడు పైలట్?"

"దీపాలు ఏర్పాటు చేశాను" అన్నాడు థామస్.

అందరూ కుడివైపుకి వెళ్ళారు. రాజు చెట్లవెనుకనించి అటు వెళ్ళాడు. ఆ గుంపుమధ్య యిద్దరు మనుష్యులు చెరో జబ్బా పట్టుకొని నడిపిస్తున్నారు యుగంధర్ని. ఆ దృశ్యం చూడగానే రాజు పళ్ళు పటపట కొరికాడు. యుగంధర్ చేతులు కట్టేసి వున్నాయి. నడుస్తున్న తీరుని బట్టి కాళ్ళుకూడా కట్టేసి వున్నాయని తెలుస్తోంది. అందరి చేతుల్లోనూ పిస్తోళ్ళు వున్నాయి. తను ఒక్కడూ ఏం చెయ్యగలడు? ఒకళ్ళిద్దర్ని చంపినా, గాయపరిచినా చివరికి వాళ్ళే నెగ్గుతారు. తను కయ్యానికి దిగడం ప్రమాదం. వాళ్ళ బందీగా వున్న యుగంధర్ని చంపేస్తారు. యుగంధర్ని హెలికాప్టర్ ఎక్కించుకొని తీసుకువెళతారని రాజు వాళ్ళ సంభాషణ వల్ల తెలుసుకున్నాడు. ఆలోగా యుగంధర్ని తప్పించేందుకు అవకాశం దొరకకపోతుందా అనే ఆశతో కాచుకున్నాడు.

చెట్లకి అవతల ఖాళీస్థలం వుంది. అందరూ ఆ ఖాళీస్థలం దగ్గిర ఆగారు. ఇద్దరు వెళ్ళి రెండు దీపాలు ఎత్తి పైకి చూపిస్తున్నారు.

హోరుమని శబ్దం చేస్తూ హెలికాప్టర్ దగ్గిర అవుతోంది. అందరూ పైకి చూస్తున్నారు. ఈ సమయంలో మీదికి వురికితే? రాజు ఆలోచించాడు. ప్రయోజనం లేదు. పిస్తోలు పట్టుకుని యుగంధర్ వెనుక ఒకడు నిలుచున్నాడు.

రాజు వులిక్కిపడ్డాడు. దగ్గిర్లో, తన వెనక ఎవరో కదిలినట్లయింది. వెనక్కి తిరిగి చూశాడు. కటికి చీకటి. ఏమీ కనిపించలేదు. ఏ ఉడతో, ఎలుకో పరిగెత్తి వుంటుంది అనుకుని మళ్ళీ దృష్టి హెలికాప్టర్ వైపు తిప్పాడు.

హెలికాప్టర్ దిగింది. అందరూ వెనక్కి వెళ్ళారు.

హెలికాప్టర్ దిగింది. అందరూ ముందుకు జరిగారు. హెలికాప్టర్‌లోంచి పైలెట్ కిందికి దిగి గూఢచారుల నాయకుడికి సెల్యూట్ చేశాడు.

"గుడ్! నా కబురు అందింది అన్నమాట! విమానం కూడా రెడీగా వుందా?" అడిగాడు.

"ఉంది సార్!"

"అక్కడేనా?"

"అక్కడే సార్"

"వెరీగుడ్! రండి యుగంధర్!" అన్నాడు ఆ నాయకుడు.

యుగంధర్ ఒక్క అడుగు ముందుకు వేసి "పదండి" అన్నాడు.

"మీరు ముందు..."

యుగంధర్ ముందు, వెనక నాయకుడు, అతని వెనక ఇన్‌స్పెక్టర్ థామస్, తరువాత మిగతావాళ్ళు హెలికాప్టర్‌వైపు నడుస్తున్నారు.

రాజు పిస్తోలు తయారుగా పట్టుకున్నాడు. ఒక్కొక్కళ్ళనీ కాల్చెయ్యడానికి తయారుగా వున్నాడు. శత్రువులు యుగంధర్ని హెలికాప్టర్ ఎక్కించుకుని ఎత్తుకుపోతుంటే యిక ఆలస్యం చేసి ప్రయోజనం లేదని నిశ్చయించుకున్నాడు. యుగంధర్ నాలుగు అడుగులు వేసి, చటుక్కున ఆగి వెనక్కి తిరిగి, రెండు చేతులతో నాయకుణ్ణి కిందకి తోసి, అతనిమీద తను పడ్డాడు.

దానితో ప్రారంభం అయింది గగ్గోలు.

యుగంధర్ చేతులు, కాళ్ళు నిజంగా కట్టిలేవనీ, యుగంధర్ విప్పేసుకుని కట్టివున్నట్టు నటించాడనీ రాజు గ్రహించాడు. అతనికి కొత్త ధైర్యం వచ్చింది. సింహంలా ముందుకి వురికాడు.

గూఢచారుల నాయకుడు బలహీనుడు కాడు. పిరికివాడు కాడు. యుగంధర్ చేసిన మోసం గ్రహించి యుగంధర్‌ని తన బాహువుల్లో బంధించ డానికి రెండుచేతులూ జాపాడు. యుగంధర్ అతనిమీద పడుతూ అతని చేతులని గట్టిగా నేలకి అదిమిపెట్టాడు. ఆ నాయకుడు పక్కకి దొర్లాడు. అతనితోపాటు యుగంధర్‌కూడా దొర్లాడు.

"చూస్తూ నిలుచుంటారేం... కాల్చండి! వీణ్ణి పట్టుకోండి" అరిచాడు నాయకుడు.

ఆ నాయకుడి మనుష్యులు నలుగురి చేతుల్లో పిస్తోళ్ళున్నాయి. నలుగురూ పిస్తోళ్ళు గురిపెట్టారు.

"స్టుపిడ్స్! కాల్చకండి. గుండు బాస్‌కి తగిలితే..." అన్నాడు థామస్. యుగంధర్, ఆ నాయకుడు పొర్లుతున్నారు. ఒకళ్ళని ఒకళ్ళు తన్నుకుంటున్నారు. ఒకరి మెడ ఒకరు పట్టుకున్నారు.

"యుగంధర్! ఈసారి చంపేస్తాను నిన్ను."

"నువ్వు ప్రాణాలతో బయటపడితే కదా!"

"నిన్ను పరిస్థాన్ తీసికెళ్ళే ప్రయత్నం చెయ్యకుండా చిక్కగానే చంపెయ్య వలసింది."

"నీలాటివాళ్ళకి భగవంతుడే అటువంటి ఆలోచనలు కలిగిస్తాడు... నీ నాశనం కోసం."

"ఇంతమంది వున్నారు. తప్పించుకోలేవు."

"చూద్దాం" అన్నాడు యుగంధర్.

"చూస్తారేం... యుగంధర్ని తలమీద కొట్టండి ఎవరయినా" అరిచాడు నాయకుడు.

ఒకడు ముందుకి వస్తున్నాడు.

"చేతులు ఎత్తండి. కదలకండి ఎవరూ. కాల్చేస్తాను" రాజు హెచ్చరించాడు.

"వాడుకూడా వచ్చాడు. త్వరగా యుగంధర్ని చంపండి" అరిచాడు నాయకుడు యుగంధర్ యినపచేతుల్లో బంధింపబడి, వూపిరి ఆడక, ఆయాస పడుతూ.

ఒక మనిషి కాలిమీద పిస్తోలుతో కాల్చాడు రాజు.

ఆ మనిషి ఒక్క పెద్దకేక పెట్టి కిందపడ్డాడు.

"ఇంకెవ్వరూ కదలకండి. చస్తారు. థామస్! నువ్వుకూడా కదలవద్దు" హెచ్చరించాడు రాజు.

అందరూ వాళ్ళచేతుల్లో వున్న పిస్తోళ్ళు కిందపడేశారు. థామస్ మాత్రం చేతులు ఎత్తలేదు.

"థామస్! నీకు విడిగా చెప్పాలా? చేతులు ఎత్తు. లేకపోతే చస్తావు."

థామస్ నవ్వుతూ చేతులు పైకి ఎత్తాడు. సరిగ్గా అదే సమయానికి యిరవైమంది చెట్ల వెనకనుంచి పరిగెత్తుకువచ్చి అందర్నీ చుట్టుముట్టేశారు. గబగబ కిందపడేసిన పిస్తోళ్ళన్నీ తీసుకున్నారు. ఒకతను హెలికాప్టర్ దగ్గిరికి వెళ్ళి పైలెట్‌ని పట్టుకున్నాడు. ఇంకొక మనిషి రాజు వెనక్కి వచ్చి రాజు చేతిలోంచి పిస్తోళ్ళు ఎగరకొట్టేశాడు.

సరిగ్గా ఆ సమయానికి యుగంధర్ గూఢచారుల నాయకుణ్ణి పిప్పిగా కొట్టి లేచి నిలుచున్నాడు.

ఆ నాయకుడు మూలుగుతున్నాడు.

యుగంధర్ అరిచేత్తో నుదుటిమీది చెమట తుడుచుకున్నాడు. రాజుని యిద్దరు పట్టుకుని ముందుకి లాక్కెళ్ళారు.

ఒకతను థామస్‌కి సెల్యూట్ చేసి "ఇంకెవరయినా వున్నారా సార్?" అడిగాడు.

"లేరు. అంతా యిక్కడే వున్నారు" అని థామస్ జవాబు చెపుతుండగా రాజు యుగంధర్ని చూసి "సార్! సార్! వెనక యింకా యీ దుర్మార్గుల బలగం వుంది అని అనుకోలేదు" అన్నాడు.

యుగంధర్ నవ్వి "చింతించకు రాజూ!" అని ఇన్‌స్పెక్టర్ థామస్‌వైపు తిరిగి "మీరు యిచ్చిన పిస్తోలు అవసరం లేకపోయింది" అన్నాడు పిస్తోలు థామస్‌కి అందిస్తూ.

"అవసరం అవుతుందేమో అనుకున్నాను. నేను అనుకున్న ప్రకారం నా మనుష్యులు సమయానికి రాకపోతే మీరూ, నేనూ, రాజూ కలిసి యీ దుర్మార్గులని పట్టుకోవలసి రావచ్చునని మీకు పిస్తోలు యిచ్చాను" అని ఇన్‌స్పెక్టర్ థామస్ రాజువైపు తిరిగి "ఐయామ్ సారీ మిష్టర్ రాజూ! నేను

శత్రుదేశ గూఢచారిని కాను. పోలీస్ ఇన్‌స్పెక్టర్ని కాను. మీ విరోధినీ కాను. ఈ వచ్చిన వాళ్ళు శత్రువులు కారు" అన్నాడు.

"రాజూ! థామస్ స్పెషల్ బ్రాంచి ఏజెంటు. ఈ వచ్చిన వాళ్ళంతా స్పెషల్ బ్రాంచి మనుష్యులు" అన్నాడు యుగంధర్.

రాజు ఆశ్చర్యంతో చూశాడు థామస్‌ని. "అదా సంగతి! అందుకే అక్కడ నాకు మోటార్‌సైకిల్... రజ్వీని చంపడం..." అంటున్నాడు.

"నాకూ యిందాకే తెలిసింది. కాని అంతకు పూర్వం ఎప్పుడయితే నన్ను చంపకుండా నాకు కాపలా వున్న మనిషి పిస్తోలు థామస్ చెడగొట్టాడో అప్పుడే నాకు అనుమానం కలిగింది. నిర్ధారణ అయింది యిందాక నా కాళ్ళకట్లు, చేతుల కట్లు విప్పివున్నా గట్టిగా కట్టి వున్నాయని వాళ్ళ నాయకుడికి అబద్ధం చెప్పి, ఎవరో వచ్చాడని అని, చీకట్లో నాకు పిస్తోలు యిచ్చి, స్పెషల్ బ్రాంచి ఏజెంటు గుర్తు నా అరిచేతిలో గీసినపుడు తెలుసుకున్నాను. కంగ్రాచ్యులేషన్స్ థామస్!" అన్నాడు యుగంధర్.

"సారీ! నిజానికి మీరు కోయంబత్తూర్ రాగానే చెప్పవలసింది, నేను ఫలానా అని. కాని ఎవరికీ చెప్పవద్దని డైరెక్టర్ ఆజ్ఞ. మీరు డైరెక్టర్ భండార్కర్ స్నేహితులని తెలిసినా ఆయన ఆజ్ఞ ధిక్కరించలేకపోయాను. మిమ్మల్నీ, రాజునీ యింతకుముందే విడిపించి వుండవచ్చు. కాని అలా చేస్తే నేను బయటపడి పోతాను. అందువల్ల నిజంగా మీ ప్రాణాలకి ఆపద వుందని తెలిసేటంత వరకూ నేను జోక్యం కల్పించుకోలేదు" అన్నాడు థామస్.

"దటీజ్ ఆల్‌రైట్! ఈ గూఢచారి నాయకుడు వున్నత పోలీస్ ఉద్యోగి అన్నమాట! ఏదీ అతని మొహం చూద్దాం" అంటూ యుగంధర్ వొంగి ఆ నాయకుడి మొహానికి కట్టుకున్న నల్లని బట్ట లాగేశాడు.

రాజూ, యుగంధరూ ఆశ్చర్యంతో చూశారు.

ఆ గూఢచారుల నాయకుడు ఎవరో కాదు...

పోలీస్ సూపరింటెండెంటు.

✤ ✤ ✤

"పరిస్థాన్ గూఢచారుల నాయకుడు పోలీస్ డిపార్టుమెంటులో ఉద్యోగి అని మీరు ఎలా గ్రహించారు?" అడిగాడు థామస్.

"సింపుల్. లేకపోతే మీరు పోలీస్ ఇన్‌స్పెక్టర్‌గా ఎందుకు పోలీస్ ఫోర్సులో చేరుతారు?"

"అదా తర్కం! వెరీగుడ్. యస్. యూ ఆర్ కరెక్టు. పోలీస్ శాఖలో ఎవరో ఉన్నతోద్యోగి పరిస్థాన్ పట్ల సానుభూతి వున్నవాడు వాళ్ళ గూఢచారుల నాయకుడిగా వ్యవహరిస్తున్నాడని అనుమానం కలిగి నన్ను పోలీస్ ఇన్‌స్పెక్టర్‌గా పంపారు. పోలీస్ సూపరింటెండెంట్ ఇబ్రహీం పరిస్థాన్ గూఢచారుల నాయకుడని తెలుసుకున్నాను. అతన్ని పట్టుకుంటే చాలదనీ, దేశంలో వున్న పరిస్థాన్ గూఢచారుల జాబితా సంపాదించాలనీ అధికారులు చెప్పారు. అందుకని నేను పరిస్థాన్ పట్ల సానుభూతి బహిరంగంగా వెలిబుచ్చి, నాకు భారతదేశమంటే గిట్టదని సూచించి, ఇబ్రహీం విశ్వాసం సంపాదించి వాళ్ళలో ఒకణ్ణి అయ్యాను. అంతేకాక జమున అనే యింకో స్పెషల్ బ్రాంచి ఏజెంటుని కూడా వాళ్ళలో చేర్చాను. ఇబ్రహీం తమలో చేర్చుకున్న విశ్వనాథన్‌కి నచ్చచెప్పి ప్రతిగూఢచారిగా మాతో చేర్చుకున్నాను. ఎంతోకాలంనించీ ప్రయత్నిస్తున్నా దేశంలో వాళ్ళ గూఢచారులు ఎవరు ఎక్కడున్నదీ తెలియలేదు. ఇబ్రహీం ఎవర్నీ నమ్మడు. ఎవరికీ అన్ని విషయాలూ చెప్పడు. ఈవేళ మిమ్మల్ని పరిస్థాన్ తీసుకువెళ్ళాలని తాత్కాలికంగా తన స్థానే నన్ను నాయకుణ్ణిగా నియమించి నాకు తమ గూఢచారుల జాబితా యిచ్చాడు. రజ్వీ బతికి వుంటే నాకు యిచ్చేవాడు కాడేమో! రేపు సాయంకాలం లోపున దేశంలో వున్న పరిస్థాన్ గూఢచారులందరూ జైళ్ళలో వుంటారు" అన్నాడు థామస్.

"వెరీగుడ్. విశ్వనాథం మరణించలేదన్న మాట."

"నో! నేను బతికే వున్నాను. నన్ను తమలో చేరమని ఇబ్రహీం అడిగాడు. నా కూతురు పోయిన దుఃఖంలో పోలీసులమీద అర్థంలేని కోపంతో ఒప్పుకున్నాను. నేను దేశానికి ఏ అపచారం చెయ్యకముందే థామస్ నాకు నచ్చచెప్పి ప్రతిగూఢచారిగా నన్ను నియమించాడు."

"అవును. ఈ యిరవైమందినీ యిక్కడికి తీసుకువచ్చి ఆఖరు క్షణంలో మనకి సహాయం చేసింది విశ్వనాథనే."

యుగంధర్ ముందుకి జరిగి విశ్వనాథన్కి షేక్హ్యాండ్ యిచ్చి "మీవల్లే మేము ఈ కేసులో యింత యిరుక్కున్నాము. లేకపోతే ఎప్పుడో కోయంబత్తూర్ నించి మద్రాసు వెళ్ళిపోయేవాళ్ళము" అన్నాడు.

సమాప్తం